சயனைட் புன்னகை

2 நாவல்கள்

ஐந்து கிராம் ஆபத்து

ராஜேஷ்குமார்

RAJESHKUMAR
RK
Publishing

ISBN: 978-93-90771-72-1

இரு நாவல்கள் தொகுப்பு (RK060)

சயனைட் புன்னகை
முதல் நாவல்

ஐந்து கிராம் ஆபத்து
இரண்டாவது நாவல்

ராஜேஷ்குமார்

முதல் பதிப்பு - ஜூலை 2023

வெளியீடு: RK பப்ளிஷிங், 23, யமுனா தெரு,
க்யூரியோ கார்டன் அவென்யூ, வடவள்ளி, கோயம்புத்தூர் - 641 046.

அட்டை வடிவமைப்பு: ராஜரத்தினம்

நூல் வடிவமைப்பு: ப. பரமேஸ்வரி, இன்லெட்பஃப் சொல்யூஷன்ஸ்

A collection of two novels (RK060)

Cyanide Punnagai
First Novel

Ainthu Gram Aabathu
Second Novel

Rajeshkumar

First Edition - July 2023

Published by: RK Publishing, 23, Yamuna Street,
Curio Garden Avenue, Vadavalli, Coimbatore - 641046.
Mob: 89251 16783
email: rkpublishing41@gmail.com
Web: www.rajeskumarnovels.com

Cover Designed by: Rajarathinam

Book Designed by: P Parameswari, inletPUB Solutions, www.inletpub.com

சயனைட் புன்னகை

இந்த கதை 1988 ஆம் ஆண்டு
க்ரைம் நாவல் என்ற இதழில் வெளிவந்தது

1

கெமிக்கல் லேபாரட்ரியின் கண்ணாடி கேபினுக்குள் உட்கார்ந்து பெண்ட்டியம் கம்ப்யூட்டரை சீண்டி சால்ட் அனாலிசிஸ் சம்பந்தப்பட்ட விஷயங்களை சேகரம் செய்து கொண்டிருந்த அஸ்வினிராஜ் பக்கத்தில் இருந்த இண்டர்காம் கூப்பிட்டதும் கம்ப்யூட்டரை ஊமையாக்கிவிட்டு டெலிபோன் ரிஸீவரை எடுத்தான்.

மறுமுனையில் உமையாள் அதே லேப்பின் இன்னொரு கோடியிலிருந்து பேசினாள்.

"அஸ்வினிராஜ்..."

"மேடம்..."

"உடனே என்னோட ரூமுக்கு ஒரு நிமிஷம் வா."

"எஸ் மேடம்..."

"இப்ப என்ன பண்ணிட்டிருக்கே?"

"சால்ட் அனாலிஸிஸ்..."

"தூக்கிப் போட்டுட்டு உடனே வா..."

"எஸ் மேடம்..."

அஸ்வினிராஜ் ரிஸீவரை வைத்துவிட்டு கம்ப்யூட்டர்க்கு பிளாஸ்டிக் உறை முக்காட்டைப் போட்டுவிட்டு எழுந்தான். மனசுக்குள் வியப்பு வரி வரியாய் ஓடியது.

'மேடம் எப்போதுமே இவ்வளவு உற்சாகமாய் பேசியதே கிடையாது. இன்றைக்கு எதற்காக இவ்வளவு உற்சாகம்?'

எழுந்து போனான்.

ராட்சஸ பீரோக்களுக்கு மத்தியில் ஒரு நிமிஷ நேரம் கடந்து லேபாரட்ரியின் ‘எக்ஸாமின் ஸெல்’ என்று ஸ்டென்ஸில் செய்யப்பட்ட அறைக்குள் நுழைந்தான்.

காதோரங்களிலும் முன்நெற்றியிலும் கணிசமாய் நரை வாங்கியிருந்த உமையாள் கண்களில் ரீடிங் க்ளாஸோடு அஸ்வினிராஜைப் பார்த்துப் புன்னகைத்தாள்.

“உட்கார்...”

உட்கார்ந்தான்.

உமையாள் தன் எக்ஸிக்யூடிவ் நாற்காலியில் மெள்ள சுழன்று கொண்டே அஸ்வினிராஜைப் பார்த்துப் புன்னகையின் பரப்பளவை அதிகப்படுத்தினாள்.

“நீ உடனே டெல்லிக்குப் புறப்பட்டு போக வேண்டியிருக்கும்.”

“எதுக்கு மேடம்?”

“பாதுகாப்பு அமைச்சரின் அந்தரங்கக் காரியதரிசியான மிஸ்டர் ஆல்பர்ட்கிட்டே அவரை சந்திச்சுப் பேச அப்பாயிண்ட்மெண்ட் வாங்கணும். அவரை சந்திச்சுப் பேசறது ரகசியமாகவும் இருக்கணும்.”

“மேடம்...” அஸ்வினிராஜ் தயக்கமாய் குரலை இழுக்க, உமையாள் புன்னகைத்தாள்.

“என்ன விஷயம்னு கேட்கப் போறே...? அது தானே...! நானே சொல்லிடறேன். காப்ஸ்யூல் டைனமைட்ஸ் ஃபார்முலா துல்லியமா கிடைச்சாச்சு.”

“ஈஸிட்... மேடம்?” அஸ்வினிராஜ் புருவங்கள் ஒரு செண்டிமீட்டர் உயரம் ஏறி அப்படியே நின்றது.

“எஸ்...! கிட்டத்தட்ட ரெண்டு வருஷ காலத்துக்குப் பிறகு சி.டியின் மாலிக்யூல் ஃபார்முலா இப்பத்தான் பிடிபட்டிருக்கு. அந்த கெம் ஜென் கம்ப்யூட்டரை ஆன் பண்ணு.”

அஸ்வினிராஜ் எழுந்துபோய் க்ரே நிற ஃபைபர் உடம்போடு இருந்த அந்த கம்ப்யூட்டரை உயிர்ப்பித்தான்.

உமையாள் தன் கையில் இருந்த ரிமோட் கண்ட்ரோல் பட்டன்களைத் தட்டிவிட, கம்ப்யூட்டரின் மானிட்டர் திரை மாலிக்யூல் ஃபார்முலா ஆஃப் காப்ஸ்யூல் டைனமைட்ஸ் என்ற தலைப்பில் ஒரு கட்டுரையைச் சொல்ல ஆரம்பித்தது. வரைபடங்களையும் போட்டுக் காண்பித்தது.

பார்க்கப் பார்க்க பிரமித்தான் அஸ்வினிராஜ்.

“அற்புதம் மேடம்... இது உங்களோட ரெண்டு வருஷ உழைப்புக்குக் கிடைச்ச வெற்றி...”

“நோ... நோ... இதுல என்னோட உழைப்பு மட்டும் இல்லை. உன்னோட உழைப்பும் சேர்ந்தே இருக்கு. நான் ஃபார்முலாவை கவர்மெண்ட்டுக்கு சப்மிட் பண்ணும்போது உன்னோட கான்ட்ரிப்பூஷனையும் அதுல மென்ஷன் பண்ணியிருப்பேன்...”

“தேங்க்யூ மேடம்...”

“நீ உடனே டெல்லிக்கு புறப்படணும். இன்னிக்கு மிட்நைட் ஒரு ஃப்ளைட் இருக்கு. அதுல டிக்கெட்ஸ் அவெய்லபிளா இருக்கும். போன் பண்ணிக் கேட்டுப்பாரேன்...”

தனக்குப் பக்கத்தில் இருந்த டெலிபோனை நகர்த்தி வைத்தாள் உமையாள்.

அஸ்வினிராஜ் ரிஸீவரை எடுத்துக் கொண்டு ஏர்போர்ட்டுக்கு டயலில் எண்களைத் தட்டினான். பேசிவிட்டு உமையாளை ஏறிட்டான்.

“டிக்கெட் இருக்கு மேடம்...”

“புக் பண்ணிடு...” சொன்ன உமையாள் குரலைத் தாழ்த்திக் கொண்டாள்.

“இது ஹைலி கான்ஃபிடென்ஷியல். வெளியே யாருக்கும் தெரியக்கூடாது.”

“மேடம்...!”

“என்ன...?”

“நான் சொல்றேன்னு நீங்க தப்பா நினைக்கக்கூடாது.”

“சொல்லு...”

“உங்களுக்கு ஃப்ரண்ட்ஸ் சர்க்கிள் அதிகம். இதுல யார்க்குமே இந்த விஷயம் தெரியக்கூடாது. ஏன்னா இந்தக் காலத்துல யாரையுமே நம்ப முடியாது. கும்பிட்ட கைக்குள்ள குறுவாளை வைச்சிருக்குற காலம் இது...”

“எனக்குத் தெரியாதா என்ன? ஃப்ரண்ட்ஸ்கிட்ட எதைப் பேசணுமோ அதைத்தான் பேசுவேன். இந்த லேப் சம்பந்தப்பட்ட விஷயங்கள் எல்லாமே இந்த காம்பௌண்ட் எல்லையோட சரி...” சொல்லிவிட்டு சிரித்த உமையாள் தொடர்ந்தாள். “புதுசா கல்யாணம் பண்ணியிருக்கிற நீதான் ராத்திரி நேரத்துல உன் அழகான பொண்டாட்டிக்கிட்டே உளறாமே இருக்கணும்...”

“தூக்கத்துலகூட நான் உளற மாட்டேன் மேடம்.”

“நான் சொன்னதை சீரியஸா எடுத்துக்காதே. உன்னைப் பத்தி எனக்குத் தெரியாதா என்ன...? நீ இப்பவே வீட்டுக்குப் புறப்படு. பயணத்துக்கு வேண்டிய ஏற்பாடுகளை பண்ணிக்க...”

அஸ்வினிராஜ் எழுந்தான்.

“பணம் இருக்கா...?”

“இருக்கு மேடம்...”

அவன் சொல்லிக் கொண்டிருக்கும் போதே, கட்டிடத்தின் கேட் வாட்ச்மேனிடம் இருந்து இண்டர்காம் வந்தது.

உமையாள் பேசினாள்.

“என்ன முத்தையா...?”

“அம்மா...! வாசல்ல ஒரு பிச்சைக்காரி வந்து பிச்சை கேட்டுத் தொந்தரவு பண்ணிட்டே இருந்தா, நான் துரத்தியும்

போகலை. கோபமா பிடிச்சுத் தள்ளிவிட்டேன், அவ கீழே விழுந்தப்ப பழைய கந்தல் துணிகளுக்கு மத்தியில் ஒரு பேஜர் இருந்தது.”

“பேஜரா?”

“ஆமாங்கம்மா...”

“அவ ஓடிட்டாளா... இருக்காளா...?”

“அவளை ஓட நான் விட்டுடுவேனா...? இழுத்துட்டு வந்து போர்டிகோ தூணுல கட்டிப் போட்டிருக்கேன்...”

“இப்ப வர்றேன்...” உமையாள் ரிஸீவரை வைத்துவிட்டு எழுந்தாள். முகம் கலவரத்தில் இருக்க, அஸ்வினிராஜை ஏறிட்டாள்.

“நீ சந்தேகப்பட்டது சரி. பிரச்னை ஒண்ணு லேசா முளைவிட ஆரம்பிச்சிருக்கு.”

“என்ன மேடம்...?”

“வா... சொல்றேன்.”

இருவரும் போர்டிகோவுக்குப் போனார்கள். போர்டிகோ தூணில் கட்டிப் போடப்பட்டிருந்த பிச்சைக்காரி ஒருத்தி, கண்ணீர்விட்டு அழுது கொண்டிருக்க, வாட்ச்மேன் முத்தையா கையில் ஒரு குச்சியை வைத்தபடி மிரட்டிக் கொண்டிருந்தான்.

உமையாள் பக்கத்தில் போனதும் பிச்சைக்காரியின் அழுகை டெஸிபல் அதிகமாயிற்று.

“முத்தையா...”

“அம்மா...”

“எங்கே அந்த பேஜர்...?”

முத்தையா எடுத்துக் கொடுக்க, அதை வாங்கிய உமையாள் அதை இயக்கிப் பார்த்தாள்.

அது உயிரோடு இல்லை. பிச்சைக்காரியிடம் கேட்டாள். “இது உன்னோட கைக்கு எப்படி வந்தது...?”

அவள் பெரிதாய் அழுதபடி கதறினாள்.

"இதைப்பத்தி எனக்கு ஒண்ணுமே தெரியாதம்மா. பிச்சைக்காக வாசல்ல நின்று குரல் குடுத்தேன்மா... இவரு 'போ போ'ன்னு சொல்லி என் கழுத்தைப் பிடிச்சுத் தள்ளி உட்டாரு. நான் தட்டுத் தடுமாறி கீழே விழுந்துட்டேன்."

"இது என்னான்னே உனக்குத் தெரியாதா?"

"தெரியாதுங்கம்மா..."

வாட்ச்மேன் முத்தையா குறுக்கிட்டுச் சொன்னான். "அம்மா...! இவ ரெண்டு மூணு நாளாவே நம்ம தெரு பக்கமா வந்துட்டிருக்கா. நம்ம பங்களாவுக்கு பக்கத்துல வரும்போது மாத்திரம் இவளுக்கு பார்வை தீவிரமாயிடும்... இவகிட்ட என்னமோ தப்பு இருக்கு. போலீஸுக்குக் கொண்டுபோயிட்டா இவ யார்ங்கிற உண்மை வெளியே வந்துடும்..."

அஸ்வினிராஜ் அந்த பிச்சைக்காரியை ஏறிட்டான். "இதோ பார்...! நீ யாரு... எதுக்காக இந்த பங்களாவை நோட்டம் பாக்க வந்தேங்கிற விஷயத்தை சொல்லிடு! இல்லேன்னா போலீஸ்ல பிடிச்சுக் குடுத்துடுவோம்."

"அய்யோ வேண்டாங்கய்யா..."

"வேண்டாம்ன்னா உண்மையைச் சொல்லிடு."

"அய்யா...! என்ன நம்புங்க... இதெல்லாம் எப்படி என் துணிமணிக்குள்ளே வந்ததுன்னு தெரியலை."

"முத்தையா! இவ வழிக்கு வரமாட்டா. போலீஸுக்கு போன் பண்ணு..."

உமையாள் தடுத்தாள்.

"வேண்டாம் அஸ்வினிராஜ்! போலீஸ் வரைக்கும் இந்த விஷயம் போகக்கூடாது. இவளை விசாரிக்கிற மாதிரி விசாரிச்சா உண்மை வெளியே வரும். முத்தையா!!"

"அம்மா..."

"இவளை அவுட்ஹவுஸுக்குக் கூட்டிட்டு போய் உட்கார வை. பின்னாடியே நான் வர்றேன்..."

"சரிங்கம்மா...!" தலையாட்டிய முத்தையா பிச்சைக்காரியின் கயிற்றுக் கட்டுக்களை அவிழ்த்துவிட்டு கையில் இருந்த தடியை அவளுடைய கழுத்தில் வைத்து அவுட்ஹவுஸ்ஸை நோக்கித் தள்ளினான்.

"ம்... நட..."

அவள் பயந்து பயந்து நடந்தாள்.

உமையாள் தனக்குப் பக்கத்தில் நின்றிருந்த அஸ்வினிராஜைப் பார்த்தாள்.

"ஒரு பிச்சைக்காரிகிட்ட பேஜர் இருந்திருக்கு. இது ஒரு உறுத்தலான விஷயம் இல்லையா?"

"கண்டிப்பா மேடம்... அவ யாரு, எதுக்காக நம்ம பங்களாவை நோட்டம் பார்க்க வந்திருக்காங்கிறதை இப்போ கண்டுபிடிச்சுடலாம்... வாங்க அவுட் ஹவுஸுக்குப் போகலாம்."

அஸ்வினிராஜ் சொல்லிக் கொண்டிருக்கும் போதே வாட்ச்மேன் முத்தையா பதட்டமாய் ஓடி வந்தான்.

"அம்மா..."

"என்ன முத்தயா...?"

"அந்தப் பிச்சைக்காரி தன்னோட வாய்க்குள்ளே எதையோ மாத்திரை மாதிரி இருந்த ஒண்ணைப் போட்டு முழுங்கிட்டா."

ஓடினார்கள்.

2

டிபார்ட்மெண்டல் ஸ்டோர் வாசலில் காத்திருந்தான் காமேஷ்.

இருபத்தைந்து வயது இளைஞன். ஜீன்ஸ் பேண்ட், பனியன். பனியன் வாசகம் ‘CHASE ME’ என்று கிறுக்கலான வர்ண எழுத்துக்களில் சொல்லியது. கடைவாயில் ஒரு சூயிங்கம் ஸ்லோமோஷனில் அரைப்பட்டது. அடித்த வெய்யிலுக்கு முகம் வேர்வை பூத்திருந்தது.

மணிக்கட்டில் நேரம் பார்த்தான்.

11.45 மணி.

‘ஹம்சினி பதினோரு மணிக்கெல்லாம் இந்த டிபார்ட்மெண்டல் ஸ்டோர்க்கு முன்பாய் வந்து நிற்பதாக சொன்னாளே...’

‘போன் செய்து பார்க்கலாமா...?’

‘வேண்டாம்...! எந்தக் காரணத்தை முன்னிட்டும் வீட்டுக்கு போன் மட்டும் செய்யக்கூடாது என்று ஹம்சினி கண்டிப்பாய் சொல்லியிருக்கிறாள்.’

‘இன்னும் ஒரு பதினைந்து நிமிஷம் பொறுத்துப் பார்ப்போம். அப்போதும் வராத பட்சத்தில் போன் செய்து பார்க்கலாம்...’

காமேஷ் தன் வாயில் இருந்த சக்கை சூயிங்கத்தை உமிழ்ந்துவிட்டு புதிதாய் ஒரு சிக்லெட்டை வாயில் போட்டுக் கொண்டான்.

டிபார்ட்மெண்டல் ஸ்டோர்ஸில் பெண்கள் கூட்டம் எல்லாப் பிரிவுகளிலும் அலைமோதியது. ஆடியோ காஸட் கடைகள் ஹிந்தியிலும் தமிழிலும் அலறியது. ஐஸ்க்ரீம் ஸ்டாலில் கோன் ஐஸ்க்ரீம்கள் பிசாசு வேகத்தில் தீர்ந்து கொண்டிருந்தன.

காமேஷ் மறுபடியும் மணிக்கட்டைப் பார்த்தான்.

11.55.

'இப்படி வராமல் இருக்க மாட்டாளே...!'

'ஏதாவது பிரச்னையில் மாட்டிக் கொண்டு விட்டாளோ?'

'அப்படியிருந்தால் இந்நேரம் செய்தி வந்திருக்குமே?'

நிமிஷங்கள் கரைந்து மணி பனிரெண்டைத் தொட்டபோது, காமேஷ் பொறுமையிழந்து போய் பக்கத்தில் இருந்த எஸ்.டி.டி. பூத்தை நோக்கி போனான்.

பூத் இளைஞன் கேட்டான்.

"லோக்கலா... வெளியூரா ஸார்?"

"லோக்கல்..."

மேஜைமேல் இருந்த போனைக் காட்டினான். காமேஷ் ரிஸீவரை எடுத்துக்கொண்டு டயலைத் தட்ட மறுமுனையில் ரிங் போயிற்று.

ரிஸீவர் எடுக்கப்பட காத்திருந்தான்.

மறுமுனையில் ரிங் போய்க் கொண்டேயிருந்தது.

ஹம்சினி வீட்டில் இல்லை போலிருக்கிறதே! நான்கைந்து தடவை முயற்சி செய்து பார்த்துவிட்டு மறுபடியும் டிபார்ட்மெண்டல் ஸ்டோர் வாசலுக்கே வந்தான்.

நேரம் இப்போது சரியாய் பனிரெண்டு மணி பத்து நிமிடம்.

'ஹம்சினி இனி வருவாளா?'

'வர வாய்ப்பில்லை. கிளம்ப வேண்டியதுதான்!'

காமேஷ் மேலும் ஒரு ஐந்து நிமிஷத்தை காத்திருப்பில் கரைத்துவிட்டு பின் டூவீலர் பார்க்கிங்கில் நிறுத்தியிருந்த தன் ஹீரோ ஹோண்டாவை நோக்கி நடந்தான்.

பின்பக்கம் அந்தக் குரல் கேட்டது.

"காமேஷ்..."

திரும்பினான்.

பர்தா அணிந்து அந்தப் பெண் நின்றிருந்தாள்.

"ஹம்சினி, நீயா...?"

"நானேதான்..."

"எதுக்காக இந்த பர்தா...?"

"சொல்றேன்...! வாங்க... ஏதாவது ஒரு ரெஸ்டாரெண்ட் பக்கம் போயிடலாம்..."

"ஏன் இவ்வளவு லேட்?"

"அதுக்கும் பதில் ரெஸ்டாரெண்ட்டுக்குப் போய்த்தான்."

"ஏதாவது பிரச்னையா...?"

"பேசிகிட்டு இருக்காமே கிளம்புங்க காமேஷ். இங்கே எந்த பேச்சும் வேண்டாம்..."

"சரி வா..."

ரோட்டுக்கு எதிர்பக்கமாய் ஒரு பெரிய மரத்துக்குக் கீழே இருந்த ரெஸ்டாரெண்டை நோக்கி நடந்தான் காமேஷ்.

3

இன்ஸ்பெக்டர் குமரன் இரண்டு கான்ஸ்டபிள்களோடு ஜீப்பில் வந்து இறங்க, உமையாளும், அஸ்வினிராஜும் வேகமாக போய் எதிர்கொண்டார்கள்.

"வாங்க... இன்ஸ்பெக்டர்."

"பாடி எங்கே?"

அவுட்ஹவுஸுக்குள் கூட்டிப் போனார்கள். அவுட்ஹவுஸின் முன்னறையில் அந்தப் பிச்சைக்காரி கைகளையும் கால்களையும் பரப்பிக் கொண்டு மல்லாந்து விழுந்திருந்தாள்.

திறந்த கண்கள்.

கிட்டிய பல்வரிசை.

கடைவாயில் ரத்தம் கலந்த நுரை.

உமையாள் இன்ஸ்பெக்டர் குமரனை ஏறிட்டாள். "இன்ஸ்பெக்டர்...! இந்த பேஜர்தான் அவகிட்ட இருந்தது. ஒரு பிச்சைக்காரிகிட்ட பேஜர் இருக்க வேண்டிய அவசியமே கிடையாது. இவ என்ன காரணத்துக்காகவோ இங்கே வேவு பார்க்க வந்திருக்கா. உண்மைகளை இவகிட்டேயிருந்து வரவழைக்கிறதுக்காக அவுட்ஹவுஸ்ல வெச்சு விசாரணை பண்ண இருந்தோம். அதுக்குள்ளே எப்படியோ தன்கிட்டேயிருந்த விஷ மாத்திரையை எடுத்து வாய்ல போட்டுகிட்டா."

வாட்ச்மேன் முத்தையா குறுக்கிட்டான்.

“அய்யா...! கண்ணிமைக்கிற நேரத்துக்குள்ளே தன் இடுப்புகிட்ட கையைக் கொண்டு போய் மாத்திரையை எடுத்து வாய்க்குள்ளே போட்டுகிட்டா. நான் அவ வாயிலிருந்து மாத்திரையை எடுக்கிறதுக்காக வாய்க்குள்ளே விரலை விட்டேன், கடிச்சுட்டா.”

பேண்டேஜ் போட்ட தன் ஆட்காட்டி விரலைக் காட்டினான் முத்தையா.

இன்ஸ்பெக்டர் குனிந்து தன் கையில் இருந்த லாட்டியால் பிச்சைக்காரியின் முகத்தை இடமும் வலமுமாய் திருப்பிப் பார்த்துவிட்டு, உமையாளிடம் நிமிர்ந்தார்.

“சயனைட் சாப்பிட்டிருக்கா...”

“மே பி இன்ஸ்பெக்டர்...”

“இவ உடம்புல இருக்கிற ட்ரஸ்ஸை செக் பண்ணிப் பார்த்தீங்களா மேடம்...”

“இல்லை இன்ஸ்பெக்டர், இவ விஷம் சாப்பிட்டு இறந்ததுமே பாடிய நாங்க தொடலை. காரணம் போலீஸ் ஃபார்மாலிடீஸ் எப்படியிருக்கும்னு எங்களுக்குத் தெரியாது. ஸோ பாடியை செக் பண்ணலை.”

இன்ஸ்பெக்டர் குமரன் சற்று தள்ளி நின்று கொண்டு ஒரு கான்ஸ்டபிளுக்கு கண்ணைக் காட்ட, அவர் அந்த உடலுக்கருகே மண்டியிட்டு உட்கார்ந்து உடைகளைக் களைந்து சோதனையிட ஆரம்பித்தார்.

இடுப்புச் சேலையை நெகிழ்த்திய போது, செப்புக் கம்பி வயர்களோடு நான்கைந்து வெடிகுண்டு சமாச்சாரங்கள் கண்சிமிட்டின.

உமையாள் கலவரமாகி இன்ஸ்பெக்டரிடம் திரும்பினாள். “பார்த்தீங்களா இன்ஸ்பெக்டர்... இவ ஏதோ ஒரு பெரிய திட்டத்தோடதான் வந்திருக்கா. மாட்டிகிட்டதும் உயிரைப் போக்கிகிட்டா.”

“மேடம்...! நீங்க ஒரு கெமிக்கல் சயன்ட்டிஸ்ட்ன்னு எனக்குத் தெரியும். சமீபகாலமா உங்க முகத்தை பத்திரிகைகளிலும், டி.வியிலும் பார்த்துட்டிருக்கேன். நீங்க ஏதாவது ஒரு புதுமையான ரசாயனத்தை கண்டுபிடிக்கிற முயற்சியில் ஈடுபட்டு இருக்கீங்களா?”

“என்னுடைய வேலையே அதுதானே...?”

இன்ஸ்பெக்டரின் பார்வை இப்போது அஸ்வினிராஜ் மேல் நிலைத்தது.

“இவர்...?”

“இவர் என்னுடைய அஸிஸ்டெண்ட். பேர் அஸ்வினிராஜ். எம்.எஸ்ஸி. கெமிஸ்ட்ரி முடிச்சதும் பண்ணினதுமே என்கிட்ட வந்து ஜாய்ன் பண்ணிகிட்டார்.”

“உங்க ரீசண்ட் ரிஸர்ச் எது...?”

“ஸாரி டு ஸே திஸ். என்னோட ரிஸர்ச் சம்பந்தப்பட்ட எல்லா விஷயங்களுமே ஹைலி கான்ஃபிடென்ஷியல். ஏன்னா இந்த ரிஸர்ச் மேட்டர்ஸ் அரசாங்கத்தோடு சம்பந்தப்பட்டது.”

“இட்ஸ் ஓகே...! பட் உங்க ரிஸர்ச் சம்பந்தப்பட்ட விஷயங்கள் உங்களைத் தவிர வேற யார் யார்க்கெல்லாம் தெரியும்...?”

“இப்போதைக்கு எனக்கும் என்னோட அஸிஸ்டண்ட் அஸ்வினிராஜுக்கும் மட்டும்தான் தெரியும்...”

“இந்த பங்களாவுக்குள்ளேயே கெமிக்கல் லேப்பும் இருக்கா... மேடம்?”

“ஆமா...”

“நான் லேபைப் பார்க்கலாமா?”

“ப்ளீஸ் கம்...”

உமையாள் பங்களாவை நோக்கி அஸ்வினிராஜோடு நடக்க, இன்ஸ்பெக்டர் குமரன் தொடர்ந்தார்.

“இந்த ஃபீல்ட்ல உங்களோட ரைவல்ஸ் யார் மேடம்?”

"எனக்கு ரைவல்ஸ் யாரும் கிடையாது இன்ஸ்பெக்டர்... ஐ ட்ரீட் ஆல் அஸ் மை ஃப்ரண்ட்ஸ்..."

"நோ மேடம்...! யூ ஆர் ராங்க். ஒரு புகழ்பெற்ற நபர்க்கு எல்லா திசைகளிலும் எதிரிகள் இருப்பாங்க. இல்லேன்னா ஒரு பிச்சைக்காரியை மனித வெடிகுண்டா மாற்றி பட்டப் பகலிலேயே இவ்வளவு தைரியமா அனுப்பியிருக்க மாட்டாங்க."

"இன்ஸ்பெக்டர்...! நான் ஒரு கெமிஸ்ட் ஸ்காலர். இந்தியாவோட பாதுகாப்பு அமைச்சகத்துக்குத் தேவையான சில ரசாயனம் சம்பந்தப்பட்ட காரியங்களை நான் கடந்த சில வருஷங்களா பண்ணிட்டு வர்றேன். நான் பண்ணிட்டு வர்ற இந்த நல்ல காரியங்கள் யார் யாருக்கு உறுத்தலாயிருக்குன்னு தெரியலை."

லேப்புக்குள் நுழைந்தார்கள்.

காற்றில் ரசாயன நெடி. அமிலத்தின் காரம். இன்ஸ்பெக்டர் குமரன் வியந்தார்.

"இவ்வளவு பெரிய லேபாரட்ரியை இன்னிக்குத்தான் நான் பாக்கறேன்."

"இன்ஸ்பெக்டர்...! இந்த லேபாரட்ரியை நிர்மாணம் பண்ண எனக்குக் கிட்டத்தட்ட நாற்பது லட்ச ரூபாய் வரைக்கும் செலவாச்சு. புதிய புதிய ரசாயன சம்பந்தப்பட்ட உண்மைகளைக் கண்டுபிடிக்கறதுக்காக எத்தனையோ ராத்திரிகளை தூக்கம் இல்லாமே கழிச்சிருக்கேன். எனக்குக் கிடைக்கிற வெற்றிகள் யார்க்கோ பிடிக்கலைன்னு தெரியுது. அதான் ஒரு பெண்ணை மனித வெடிகுண்டா மாத்தி இங்கே அனுப்பி வெச்சிருக்காங்க..."

"மேடம்... இப்படியொரு சம்பவம் நடந்ததுக்காக நீங்க வருத்தப்பட வேண்டியதே இல்லை. இன்னும் ரெண்டே நாள்ல பிச்சைக்காரி வேஷத்துல வந்த பொண்ணு யாரு... அந்தப் பொண்ணுக்குப் பின்னாடி யார் இருக்காங்கங்கிற உண்மையைக் கண்டுபிடிக்க நானாச்சு..."

"தேங்க்யூ... இன்ஸ்பெக்டர்..."

பேசிக் கொண்டே மூன்று பேரும் பிரதான லேபாரட்ரி அறைக்குள் நுழைய, டெலிபோன் முனங்கிக் கூப்பிட்டுக் கொண்டிருந்தது.

அஸ்வினிராஜ் வேகமாய் போய் ரிஸீவரை எடுத்தான்.

"ஹலோ..."

மறுமுனையில் ஒரு ஆண் குரல் கேட்டது.

"இன்ஸ்பெக்டர் குமரன் அங்கே இருக்காரா?"

"இருக்கார்..."

"அவர்கிட்ட கொஞ்சம் பேசணும்..."

"நீங்க யாரு...?"

"நான் யார்ன்னு அவர்கிட்டே சொல்லிக்கிறேன். நீ ரிஸீவரை அவர்கிட்ட குடு..."

அஸ்வினிராஜ் இன்ஸ்பெக்டரிம் ரிஸீவரை நீட்டினான். "போன் உங்களுக்குத்தான்."

இன்ஸ்பெக்டர் ரிஸீவரை வாங்கினார்.

"எஸ்..."

"மிஸ்டர் குமரன்! கெமிஸ்ட் ஸ்காலர் உமையாள் விவகாரத்துல நீங்க ரொம்பவும் மூக்கை நுழைக்க வேண்டாம். இதுல டெல்லி அரசியல் கலந்திருக்கு. நீங்க எதையும் கண்டுக்காம தள்ளி நிக்கறது நல்லது. அந்த உமையாள் ஏதாவது கம்ப்ளைய்ண்ட் எழுதிக்கொடுத்தா வாங்கி ஃபைல் பண்ற மாதிரி பாவ்லா பண்ணிட்டு குப்பைக் கூடையில கிழிச்சுப் போட்டுடுங்க."

இன்ஸ்பெக்டர் குமரன் ஆவேசப்பட்டார்.

"என்ன மிரட்டறியா...? யார் நீ...?"

"பேசிட்டிருக்கிற நான் யார்ன்னு தெரிஞ்சா இப்படி மரியாதைக் குறைவா நீ பேசமாட்டே...! எதுக்கும் நீ

அஸிஸ்டண்ட் கமிஷனர்க்கு ஃபோன் பண்ணி விபரம் என்னன்னு கேட்டுக்கோ...”

ரிஸீவர் ‘டொக்’கென்று வைக்கப்பட்டுவிட இன்ஸ்பெக்டர் குமரன் ஆத்திரம் தாளாமல் அஸிஸ்டண்ட் போலீஸ் கமிஷனர்க்கு டயலில் எண்களைத் தட்ட, அவர் கிடைத்தார்.

“ஸார்...! நான் இன்ஸ்பெக்டர் குமரன்...”

அஸிஸ்டண்ட் கமிஷனர் கேட்டார்.

“உமையாள் லேபிலிருந்து பேசறீங்களா?”

“ஆமா ஸார்...”

“நடந்த சம்பவத்தைப் பற்றி எனக்கும் தெரியும். எதையும் டீப்பா என்கொயர் பண்ணிக்காதீங்க. சும்மா ஒரு ஐ-வாஷ் என்கொயரியை கண்டக்ட் பண்ணிட்டு ஸ்டேஷன் வந்து சேருங்க...”

“ஸார்... வந்து...”

“முக்கியமா பேப்பர்க்கு இந்த நியூஸ் போகக்கூடாது. பிச்சைக்காரியோட டெட்பாடி இம்மீடியட்டா டிஸ்போஸ் செய்யப்படணும்...”

“ஸார்...”

“என்ன...?”

“ஒரு விஷயத்தை உங்ககிட்ட சொல்லலாமா?”

“ஐ டோண்ட் வாண்ட் எனி எக்ஸ்ப்ளனேஷன் ஃப்ரம் யூ... உமையாள் விவகாரத்துல கொஞ்சம் பாலிடிக்ஸ் இருக்கு. அதுவும் டெல்லி பாலிடிக்ஸ். நாம காதுகளையும் கண்களையும் இந்த விஷயத்துல இறுக மூடிக்கிறது பெட்டர். உமையாள்கிட்ட மேலோட்டமா ஒரு என்கொயரியைப் பண்ணிட்டு ஸ்டேஷன் வந்து சேர்றதுக்குள்ள அதையும் மறந்துடுங்க...”

“ஸ... ஸார்...”

"ப்ளீஸ் டு வாட் ஐ ஸே...!"

ரிஸீவர் மறுமுனையில் கவிழ்க்கப்பட்டுவிட, இன்ஸ்பெக்டர் குமரன் உதட்டைக் கடித்துக் கொண்டு நின்றார்.

4

ஹம்சினியும் காமேஷும் ரெஸ்டாரெண்ட்டுக்குள் நுழைந்தார்கள். ஃபேமிலி ரூம் என்று அம்புக்குறி காட்டிய அறைக்குள் பிரவேசித்து ஒரு மேஜையை ஆக்கிரமித்து பக்கம் பக்கமாய் உட்கார்ந்தார்கள்.

ஹம்சினி பர்தாவின் முகத்திரையை மட்டும் மேலே தூக்கிவிட்டுக் கொண்டு காமேஷைப் பார்த்துப் புன்னகைத்தாள்.

"ரொம்ப நேரம் வெயிட் பண்ண வெச்சுட்டேனோ?"

"பின்னே...? சரியா பதினோரு மணிக்கு வர்றேன்னு சொல்லிட்டு இப்படி பனிரெண்டே கால் மணிக்கு வந்து நின்னா என்ன அர்த்தம்...?"

"இதோ பாருங்க காமேஷ்... நிலைமை இப்ப கொஞ்சம் சரியில்லை. முன்னே மாதிரி நாம நினைச்ச இடத்துல நினைச்ச நேரம் பேச முடியாது."

"ஏன்? என்ன விஷயம்...?"

"ரெண்டு மூணு நாளா என்னை ஒருத்தன் ஃபாலோ பண்ண ஆரம்பிச்சுட்டான்."

காமேஷ் புருவங்களை உயர்த்தினான்.

"யாரது...?"

"தெரியலை..."

"ஆள் எப்படியிருந்தான்...?"

"முப்பது வயசு இருக்கலாம். உயரம்... நேத்து என்னை ஃபாலோ பண்ணப்ப தாடி வெச்சிருந்தான். இன்னிக்குத் தாடி இல்லை. இன்னிக்குக் காலையில பத்தரை மணி சுமார்க்கு காய்கறி வாங்க வெளியே வந்தப்ப தெருமுனையில அவன் நின்னுட்டிருக்கிறதைப் பார்த்தேன். காய்கறி மார்க்கெட்டுக்கும் என்னை ஃபாலோ பண்ணிட்டு வந்தான். நான் அவனை வாட்ச் பண்ணாத மாதிரி வெஜிடபிள்ஸ் வாங்கிகிட்டு வீட்டுக்கு வந்துட்டேன். அதுக்கப்புறம் அவனை ஏமாத்தறதுக்காக இந்த பர்தாவை மாட்டிகிட்டு வெளியே வந்தேன்."

"இந்த பர்தா ஏது...?"

"எதுக்கும் இருக்கட்டும்னு ரெடிமேடா ரெண்டு மாசத்துக்கு முந்தியே ஒண்ணை வாங்கி வெச்சிருந்தேன்."

"இது எதுக்குன்னு உன்னோட கணவர் கேட்கலையா...?"

ஹம்சினி சிரித்தாள்.

"அவர்க்கு தெரியற மாதிரி வெச்சிருந்தாத்தானே கேட்பார்...?"

"சரி... இப்போ உன்னை ஃபாலோ பண்ணின ஆசாமிக்கு வருவோம்... நீ பர்தா போட்டுகிட்டு வெளியே வந்தப்ப அவன் உன்னைப் பார்க்கலையா...?"

"பார்த்தான். ஆனா கன்ஃப்யூஸ் ஆயிட்டான். அவனோட குழப்பத்தை உபயோகப்படுத்திகிட்டு ஒரு ஆட்டோ புடிச்சு வந்துட்டேன்..."

"அவன் உன்னை ஃபாலோ பண்ணினானா?"

"நான் பார்க்கலை..."

ரெஸ்டாரெண்ட் பேரர் வந்து நின்றான்.

"ரெண்டு காப்பி..."

பேரர் போன பிறகு காமேஷ் கேட்டான். "ஏதாவது உருப்படியான தகவல் கிடைச்சுதா...?"

“இதுவரைக்கும் இல்லை...” சொல்லிக் கொண்டே தலையை உயர்த்திய ஹம்சினியின் முகம் சட்டென்று நிறம் இழந்தது.

கண்களில் கலவரப் பூச்சு.

காமேஷ் அவளுடைய முகத்தைப் படித்துவிட்டு கேட்டான். “என்ன ஒரு மாதிரி ஆயிட்டே...?”

“காமேஷ்...!”

“ம்...”

“அவன் ரெஸ்டாரெண்ட்டுக்குள்ள வந்துட்டான்.”

“யாரு...?”

“என்னை ஃபாலோ பண்றதா சொன்னேனே அவன்... இப்ப இந்த ரூமை க்ராஸ் பண்ணிப் போனான்.”

காமேஷ் எழுந்தான்.

“எங்கே... போறீங்க காமேஷ்...?”

“அவன் யார்ன்னு பார்க்க வேண்டாமா?”

“பொறுங்க... அவசரப்படாதீங்க... அவனைத் தெரிஞ்சுகிட்ட மாதிரி நாம ரெண்டு பேருமே காட்டிக்கக் கூடாது. காப்பி சாப்ட்டுட்டு வெளியே போகும்போது நீங்க அவனைப் பார்க்கலாம்...”

“அதுக்குள்ள போய்ட்டான்னா...?”

“போக மாட்டான்.”

“இப்ப என்ன கலர் ட்ரஸ் போட்டிருக்கான்...?”

“க்ரே சர்ட். ப்ளாக் பேண்ட். கண்ணாடி போட்டிருக்கான். பிடரி வழிய ஃபங்க் முடி...”

“கவலையை விடு. இனிமே நான் பார்த்துக்கிறேன். நாளையிலிருந்து அவன் உன்னை ஃபாலோ பண்ணமாட்டான்.”

“என்ன பண்ணப் போறீங்க...?”

“முடிச்சுட வேண்டியதுதான்.”

“காமேஷ்! எடுத்தேன்... கவிழ்த்தேன்னு எந்த காரியத்தையும் பண்ணிடாதீங்க. ஆள் யாரு... அவனோட பின்னணி என்னன்னு ஸ்மெல் பண்ணிட்டுத்தான் அவனை ஹேண்டில் பண்ணணும்.”

“ஹம்சினி! இந்த மாதிரியான களைகள் கண்ல படும்போதே பிடுங்கி எறிஞ்சுடணும். நாம கொஞ்சம் லேட் பண்ணினாலும் ஆபத்து...”

பேரர் காப்பியோடு உள்ளே வந்தான். இருவரும் பேச்சை நிறுத்திக்கொள்ள கப் அண்ட் சாஸர்களில் காப்பி மணத்தது.

பேரர் போனதும் காமேஷ் ஒரு வாய் காப்பியைப் பருகிவிட்டுக் கேட்டான் ஹம்சினியிடம்.

“உனக்குப் பணம் ஏதாவது வேண்டியிருக்குமா?”

“வேண்டாம்! போன மாசம் கொடுத்ததே இன்னும் இருக்கு...”

“உனக்கு எப்போ பணம் தேவைப்பட்டாலும் கேளு. டோண்ட் ஹெசிடேட்...”

ஹம்சினி புன்னகைத்தாள்.

“தேவைப்பட்டா நானே கேட்பேன்...”

இரண்டு பேர்களின் கப்புகளிலும் காப்பியின் மட்டம் பாதியாய்க் குறைந்து இருந்தபோது ஃபேமிலி ரூமின் தள்ளு கதவுக்கு வெளியே அந்தக் குழப்பச் சத்தங்கள் கேட்டன.

“உடனடியா போலீஸ்க்கு போன் பண்ணுங்க.”

“ஆள் யார்ன்னு தெரியலையே...?”

“உயிர் இருக்கானு பாருங்க... பக்கத்துல யாராவது டாக்டர் இருந்தா கூப்பிடுங்க...”

காமேஷும் ஹம்சினியும் ஒருத்தரையொருத்தர் பார்த்துக் கொண்டார்கள்.

“வெளியில என்னவோ நடந்திருக்கு...”

இருவரும் எழுந்து அறைக்கு வெளியே வந்தார்கள்.

ஹால் மூலையில் இருந்த மேஜையருகே ஒரு சின்ன கும்பல் தெரிய அதை நோக்கிப் போனார்கள்.

கும்பலை நெருங்கி அதன் இடைவெளியில் தலையை நுழைத்து உள்ளே எட்டிப் பார்த்தார்கள்.

க்ரே சர்ட், ப்ளாக் பேண்ட் அணிந்த அந்த இளைஞன் மேஜையின்மேல் கவிழ்ந்து கிடந்தான்.

கண்கள் மேல்நோக்கி நிலைத்திருக்க கடைவாயில் ரத்தமும் நுரையும் தெரிந்தது.

5

இன்ஸ்பெக்டர் விசாரணையை முடித்துக் கொண்டு போனதும் அஸ்வினிராஜ் உமையாளை ஏறிட்டான்.

"மேடம்..."

"ம்..."

"இப்போ நடந்து இருக்கிற விரும்பத்தகாத ஓர் நிலையில் நான் டெல்லி போகணுமா மேடம்...?"

உமையாள் புன்னகைத்தாள். "இது மாதிரியான எதிர்ப்புகளுக்கெல்லாம் நான் பயப்பட மாட்டேன். நீயும் பயப்படக்கூடாது. திட்டமிட்டபடி நீ டெல்லிக்குப் போய் பாதுகாப்பு அமைச்சரின் அந்தரங்க காரியதரிசி மிஸ்டர் ஆல்பர்ட்கிட்டே அப்பாய்ன்ட்மெண்ட் டேட் வாங்கிட்டு வந்துடு...! நாம இந்த விஷயத்துல இனி ஒரு நிமிஷத்தைக்கூட லேட் பண்ணக்கூடாது."

"மேடம்...! இன்ஸ்பெக்டர் குமரனுக்கு போன் வந்து அந்த போனை அவர் அட்டெண்ட் பண்ணின பிறகு அவர் முகத்துல தெரிஞ்ச மாற்றத்தை நோட் பண்ணீங்களா?"

"பண்ணினேன். போன்ல யார்னு கேட்டதுக்கும் பதில் சொல்லாமே போயிட்டார். அவர்க்கு வந்த போனைப் பத்தி நாம கவலைப்பட வேண்டிய அவசியம் இல்லை."

அஸ்வினிராஜ் உமையாளை வியப்பாய் பார்த்தான். அவள் சின்ன புன்னகையோடு கேட்டாள்.

“என்ன அப்படிப் பார்க்கிறே?”

“மேடம்...! உங்களுக்கு இருக்கிற மனத் துணிச்சலும் தைரியமும் எனக்குக் கிடையாது. அதை நினைக்கறப்ப எனக்கே வெட்கமாயிருக்கு...”

“இதோ பார் அஸ்வினிராஜ்! என்னோட அப்பா யார்ன்னு உனக்குத் தெரியும். அவர் ஒரு ரிடையர்ட் மேஜர் கர்னல். நான் அவர்க்கு ஒரே பொண்ணு. அவர் என்னை ஒரு பெண்ணாவே வளர்க்கலை. பையன் மாதிரி வளர்த்தார். பதினைஞ்சு வயசிலேயே புல்லட் ஓட்டினேன். காலேஜ்ல படிக்கும் போது ஏர்ஃபோர்ஸ் ஃப்ளையிங் கிளப்பில் சேர்ந்து ஆகாயத்துல பறந்தேன். துப்பாக்கி சுடும் போட்டியில் ஸ்டேட் ஃபர்ஸ்ட் வந்தேன். நான் எம்.ஈ. கெமிக்கல் என்ஜினீரிங் முடிச்சு கோல்ட் மெடல் வாங்கினதுமே இந்தியாவில் இருக்கிற நம்பர் ஒன் கம்பெனி மாசம் இருப்பத்தஞ்சாயிரம் ரூபாய் சம்பளத்தில் எனக்கு வேலை கொடுக்க முன் வந்துச்சு, நான் வேண்டாம்னுட்டேன். வாழ்க்கையில் உன்னோட ஆம்பிஷன் என்னன்னு அப்பா கேட்டார். நான் ஒரு கெமிஸ்ட் ஸ்காலரா லேபாரட்ரியை நிர்மாணம் பண்ணி ரசாயன பொருட்கள் மூலமா இந்த நாட்டோட வளர்ச்சியில் பங்கு பெறணும்னு என்னோட அப்பாகிட்டே சொன்னேன். அவரும் என்னோட ஆசைக்கு டபுள் ஓகே சொல்லி இவ்வளவு பெரிய லேபாரட்ரியை நிர்மாணம் பண்ணிக் கொடுத்தார். அவர் உயிரோட இருந்தவரைக்கும் என்னை எல்லா விதத்திலேயும் என்க்ரேஜ் பண்ணினார். அவர் அடிக்கடி எனக்கு சொன்ன வாசகம் இதுதான். ‘உன்னோட ரசாயன அறிவை இந்த நாட்டோட பாதுகாப்புத் துறைக்குப் பயன்படுத்து. மக்களைப் பாதிக்காத கெமிக்கல் வெப்பன்ஸை உருவாக்கி எதிரி நாடுகளை பயமுறுத்தணும்.’ என்னோட அப்பா சொன்ன இந்த வாசகங்களை மனசுல வெச்சுகிட்டுத்தான் கல்யாண வாழ்க்கையைக்கூட நினைச்சுப் பார்க்காமே லேபாரட்ரிலேயே என்னோட வாழ்நாளை அர்ப்பணம்

பண்ணிட்டிருக்கேன். எனக்கு எப்போதுமே மரண பயம் இருந்தது கிடையாது. நீ டெல்லிக்குப் போய் அப்பாய்ன்ட்மெண்ட்டை ஃபிக்ஸ் பண்ணிட்டு வா. நாம ரெண்டு பேரும் சேர்ந்தே போவோம்."

"எஸ் மேடம்...!"

"ஃப்ளைட் ராத்திரி எத்தனை மணிக்கு?"

"சரியா ஒன் தர்ட்டிக்கு மேடம்..."

"என்னைப் பத்தி கவலைப்படாமே போய்ட்டு வா..." சொல்லிய உமையாள் அஸ்வினிராஜின் தோளைத் தட்டிக் கொடுத்தாள்.

6

ஹம்சினி காமேஷின் காதருகே கிசுகிசுத்தாள்.

"காமேஷ்! இவன்தான்.. அவன்"

காமேஷ் ஒருத்தரின் தோளைத் தொட்டுக் கேட்டான். "இவர்க்கு என்னாச்சு...?"

"தெரியலை...! காப்பிக்கு ஆர்டர் சொல்லி காத்திட்டிருந்தவர் திடீர்ன்னு மயக்கமா சாய்ஞ்சுட்டார். பக்கத்துல போய்ப் பார்த்தா வாய்ல ரத்தம் கலந்த நுரை."

காமேஷ் ஹம்சினியிடம் திரும்பினான்.

"நீ கிளம்பு! நான் போலீஸ் வர்ற வரைக்கும் இருந்து பார்த்துட்டு வர்றேன்..."

"நாளைக்குப் பார்க்கலாம்" ஹம்சினி மெல்லிய குரலில் சொல்லிவிட்டு கிளம்பினாள். காமேஷ் கும்பலோடு கும்பலாய் நின்று போலீஸுக்காக காத்திருக்க ஆரம்பித்தான்.

அடுத்த பத்து நிமிஷ நேரத்திற்குள் போலீஸ் அந்த ரெஸ்டாரெண்ட் முன்பாய் வேகமாய் வந்து நின்றது.

இரண்டு கான்ஸ்டபிள்கள் தொடர ஒரு இன்ஸ்பெக்டர் உள்ளே வந்தார்.

ரெஸ்டாரெண்ட் ஓனர் பவ்யமாய் இன்ஸ்பெக்டரை எதிர்கொண்டார்.

இன்ஸ்பெக்டர் கேட்டார்.

"ஆள் யாரு...?"

"தெரியலை ஸார்... போலீஸ் வர்ற வரைக்கும் பாடியை தொடக்கூடாதுன்னு போன்ல சொன்னாங்க. அதான் பாடியை செக் பண்ணலை..."

இன்ஸ்பெக்டர் கான்ஸ்டபிள்களுக்குக் கண்ணைக் காட்ட, அவர்கள் மேஜையின்மேல் கவிழ்ந்து விழுந்து கிடந்த நபரைத் தரையில் கிடத்தி அவன் அணிந்திருந்த பேண்ட்டையும் சர்ட்டையும் சோதனை செய்து பார்த்தார்கள்.

பேண்ட் பாக்கெட்டுக்குள் ஒரு சிகரெட் பாக்கெட்டும், லைட்டரும் இருந்தன. சர்ட் பாக்கெட்டுக்குள் ஒரு சாவிக்கொத்து கர்ச்சீப்பில் சுற்றி வைக்கப்பட்டிருந்தது.

கான்ஸ்டபிள் சொன்னார்.

"இதைத் தவிர வேற எதுவும் இல்லை ஸார்..."

இன்ஸ்பெக்டர் ரெஸ்டாரெண்ட் ஓனரிடம் கேட்டார். "அந்த நபர்க்கு சர்வ் பண்ணின வெயிட்டர் யாரு?"

சற்றுத் தள்ளி ஓரமாய் நின்றிருந்த ஒரு பேரர் முன்னால் வந்து "நான்தான் ஸார்..." என்றான்.

"எப்படி நடந்தது இந்த சம்பவம்...?"

"இவர் ரெஸ்டாரெண்ட்டுக்குள் வந்ததுமே உள்ளே இருந்த ஃபேமிலி ரூம்ஸ் வரைக்கும் போய் ஒரு பார்வை பார்த்துட்டு அப்புறமா இந்த சீட்ல வந்து உட்கார்ந்தார். நான் போய் அவர்கிட்ட மெனுகார்டை நீட்டினேன். அவர் வேண்டாம்னு சொல்லிட்டு காப்பிக்கு மட்டும் ஆர்டர் பண்ணினார். நான் காப்பி கொண்டு வர்றதுக்காக உள்ளே போனேன். அப்ப அவர் ஒரு சிகரெட்டைப் பத்த வெச்சுகிட்டிருந்தார்."

"ம்...! மேலே சொல்லு..."

"நான் காப்பி கொண்டு வந்து வெச்சேன். அவர் இடது கையால சிகரெட் பிடிச்சபடி ஃபேமிலி ரூம் பக்கமே

வெறிச்சுப் பார்த்துகிட்டு இருந்தார். நான் போய் அவர் எதிர்ல நின்னு 'ஸார்... காப்பி'ன்னு சொன்னேன். 'வெச்சுட்டுப் போ'ன்னு சைகை காட்டினார். நான் வெச்சுட்டு வேற கஸ்டமரை கவனிக்க போயிட்டேன்."

"இந்த ஆள் காப்பியைக் குடிச்சானா?"

"பாதியைக் குடிச்சுட்டு வெச்சுட்டார் ஸார்."

"எங்கே அந்த பாதி காப்பி...?"

"க்ளீனர் பையன் அதை எடுத்துகிட்டுப் போய் ஸ்டீம் க்ளீனர்ல போட்டுட்டான் ஸார்..."

இன்ஸ்பெக்டர் பேரரை நெருங்கி அவனுடைய தோளில் கை போட்டார்.

"செத்துப்போன இவன் யார்ங்கிற உண்மை உனக்குத் தெரியும்னு நினைக்கிறேன்..."

பேரர் மிரண்டான்.

"ஸார்...! இ... இவன் யார்ன்னு எ... எ... எனக்கு சத்தியமா தெரியாது..."

"பொய் பேசாதே...! காப்பியில் விஷம் கலந்தது நீயா... இல்ல வேற யாராவதா?"

ரெஸ்டாரெண்ட் ஓனர் இப்போது குறுக்கிட்டார். "இன்ஸ்பெக்டர் ஸார்...! நீங்க பேரர் மேலே சந்தேகப்பட்டு இப்படிப்பட்ட கேள்விகளைக் கேட்கிறது கொஞ்சம்கூட சரியில்லை. காப்பியில் விஷம் போட்டுக் கொடுத்து ஒருத்தனைக் கொலை செய்யறதுக்காக நாங்க இந்த ரெஸ்டாரெண்ட்டை நடத்தலை."

இன்ஸ்பெக்டர் புன்னகைத்தார். "பாடியை மார்ச்சுவரிக்குக் கொண்டு போய் போஸ்ட்மார்ட்டம் பண்ணிப் பார்த்தா காப்பியில் விஷம் இருக்கா இல்லையான்னு தெரிஞ்சுடும். அப்படி காப்பியில் விஷம் இருந்துட்டா, காப்பியை ப்ரிப்பேர் பண்ணின

நபர் இல்லேன்னா..... காப்பியைக் கொண்டு வந்து வெச்ச நபர் இவங்கமேலதான் நாங்க சந்தேகப்பட முடியும்..."

"ரெஸ்டாரெண்ட்ல இருந்த யாராவது ஒருத்தர் இந்தக் காரியத்தைப் பண்ணியிருக்க முடியாதா இன்ஸ்பெக்டர்...?"

"அது அவ்வளவு சுலபம் இல்லை. பேரர் காப்பியைக் கொண்டு வந்து வெச்சுட்டுப் போனதும் அந்த சமயத்துல யாரும் வந்து காப்பியில் விஷத்தை மிக்ஸ் பண்ணியிருக்க முடியாது. காப்பியை ப்ரிப்பேர் பண்ணின நபரோ இல்லேன்னா கொண்டு வந்து வெச்ச நபரோதான் இதுல சம்பந்தப்பட்டு இருக்க முடியும்."

பேரர் இப்போது தயக்கமாய் இடைமறித்தான்.

"ஸார்... என்னோட மனசுல இருக்கிற ஒரு சந்தேகத்தை இப்போ உங்ககிட்ட சொல்லலாமா?"

"என்ன சந்தேகம்...?"

"இந்த ஆள் ரெஸ்டாரெண்ட்டுக்குள்ளே நுழைஞ்சதுமே ஃபேமிலி ரூம்ஸ் பக்கமா போய் ஒரு பார்வை பார்த்துட்டு வந்தான்னு சொன்னேன் இல்ல சார். அங்கே யாராவது அவருக்கு தெரிஞ்சவங்களா இருக்கலாம் இல்லையா... ஏன்னா காப்பிக்கு ஆர்டர் பண்ணிட்டு ஃபேமிலி ரூம்ஸ் பக்கமாவே வெறிச்சு பார்த்துக்கிட்டு இருந்தான்."

"சரி... அந்த சமயத்துல ஃபேமிலி ரூம்ல யார் இருந்தாங்கன்னு சொல்ல முடியுமா...?"

இன்னொரு பேரர் குறுக்கிட்டு சொன்னான். "ஸார் அந்த சமயத்துல ஃபேமிலி ரூம்ல பர்தா போட்ட ஒரு பொண்ணும் ஒரு ஆணும் இருந்தாங்க ஸார்..."

"பர்தா போட்ட பொண்ணா?"

"ஆமா ஸார்..."

“இப்ப அவங்க எங்கே...?”

“அந்தப் பொண்ணு அப்பவே போயிடுச்சு ஸார். கூட வந்த ஆள் இங்கதான் இருந்தான்...” சொல்லிக் கொண்டே பேரர் ரெஸ்டாரெண்டுக்குள் பரவியிருந்த கும்பலில் காமேஷைத் தேடினான்.

காமேஷ் பார்வைக்கு கிடைக்கவில்லை. ஆள் மாயமாகியிருந்தான்.

7

அஸ்வினிராஜ் ஸ்கூட்டரை தன் வீட்டின் சிறிய போர்டிகோவில் நிறுத்திவிட்டு, வாசற்படி ஏறி கதவின் நெற்றியில் அப்பியிருந்த அழைப்புமணி பொத்தானுக்கு வேலை கொடுத்தான்.

வீட்டுக்குள்ளே இன்னிசை சிதறியது. தொடர்ந்து காலடிச் சத்தம். அதைத் தொடர்ந்து தாழ்ப்பாள் விலகும் ஓசை.

கதவு திறந்தது.

திறந்த கதவுக்குப் பின்னால்,

ஹம்சினி.

புன்னகைத்தாள்.

"என்ன இன்னிக்கு இவ்வளவு சீக்கிரத்துல வந்துட்டீங்க...?"

அஸ்வினிராஜ் உள்ளே நுழைந்தான்.

"இன்னிக்கு நான் டெல்லி கிளம்பணும்."

"டெல்லிக்கா...?"

"ம்..."

"என்ன திடீர்ன்னு டெல்லி பயணம்?"

"மேடம் ஒரு முக்கியமான காரியமா போகச் சொல்லியிருக்காங்க..."

"எப்போ போகணும்?"

"இன்னிக்கு மிட் நைட் ஃப்ளைட்."

"போய்ட்டு எப்ப வருவீங்க...?"

"எப்படியும் ரெண்டு நாளாயிடும்."

"நீங்க மட்டும்தானே போறீங்க...?"

"ஆமா..."

"நானும் வரட்டுமா?"

அஸ்வினிராஜ் புன்னகைத்தான். "ஹம்சினி! இது ஜாலி ட்ரிப் கிடையாது. நான் போறது அஃபிஷியல். ப்யூர்லி கான்ஃபிடென்ஷியல்..."

உள்ளே வந்து சோபாவில் சாய்ந்து ஷூக்களைக் கழற்றினான்.

"சரி. ஃபேஸ் வாஷ் பண்ணிட்டு வாங்க. சாப்பாடு எடுத்து வைக்கிறேன்."

"எனக்கு சாப்பாடு வேண்டாம்."

"ஏன்...! மேடம் வீட்லயே சாப்பிட்டீங்களா...?"

"இல்லை..."

"பின்னே ஏன் வேண்டாம்னு சொல்றீங்க?"

"பசியில்லை..."

"இது சாப்பாட்டு நேரம். எப்படி பசியில்லாமே போகும்?"

அஸ்வினிராஜ் ஆயாசமாய் சோபாவுக்கு சாய்ந்தான். "இன்னிக்கு என்னோட மனசே சரியில்லை ஹம்சினி."

"ஏன் என்னாச்சு...?"

"நான் உனக்கு ஏற்கனவே சொல்லியிருக்கிறேன். மேடம் உமையாளோட லேப் ரிஸர்ச் கெமிக்கல் ப்ராடக்ட்ஸ் என்னன்னு கண்டுபிடிக்கிறதுக்காக வெளியே இருந்து ஒரு

கும்பல் முயற்சி பண்ணிட்டிருக்குன்னு சொன்னது ஞாபகம் இருக்கா?"

"ஆமா..."

"அது சம்பந்தமா இன்னிக்கு ஒரு சம்பவம் நடந்தது..."

"என்ன...?"

"பிச்சைக்காரி வேஷத்துல யாரோ ஒரு பொண்ணு இன்னிக்கு வேவு பார்க்கிறதுக்காக லேப் இருந்த பங்களா பக்கம் வந்து இருக்கா. வாட்ச்மேன் முத்தையா அவமேல சந்தேகப்பட்டு மடக்கிப் பார்க்க, அவகிட்ட பேஜர் இருந்தது. போலீஸை வரவழைச்சு அவளை யார்ன்னு விசாரிக்கிறதுக்குள்ளே அவ சயனைட் மாத்திரையை சாப்டுட்டு செத்துட்டா..."

"அ... அப்புறம்...?"

"போலீஸ் வந்தது. விசாரணையை நடத்தினாங்க. விசாரணை நடந்துகிட்டு இருக்கும்போதே இன்ஸ்பெக்டருக்கு ஒரு போன் வந்தது. போன்ல யார் பேசினாங்கன்னு தெரியலை. என்கொய்ரியை அவர் சரிவர பண்ணாமலேயே போயிட்டார்."

ஹம்சினி தன் மோவாயில் கை வைத்தாள்.

"என்னங்க... இது, விவகாரம் பெரிசா இருக்கும் போலிருக்கே."

"பெரிசுதான்...!"

"இந்த மாதிரி சமயத்துல நீங்க ஏன் டெல்லி போகணும்?"

"மேடம் சொன்னா போக வேண்டியது என்னோட கடமை. நான் கொஞ்ச நேரம் ரெஸ்ட் எடுக்கிறேன். என்னோட ரெண்டு நாள் டெல்லி பயணத்துக்கு வேண்டிய ட்ரஸ்ஸெல்லாம் சூட்கேஸ்ல எடுத்து வை..."

அஸ்வினிராஜ் சொல்லிவிட்டு ஹாலின் இடது பக்க மூலையில் இருந்த படுக்கை அறையை நோக்கிப் போக, ஹம்சினி தன் கணவனின் முதுகையே வெறித்துப் பார்த்தாள்.

8

அஸிஸ்டண்ட் போலீஸ் கமிஷனர், டாக்டர் கீர்த்திவாசனுக்கு முன்பாய் உட்கார்ந்திருக்க, அவர் தன் கையில் வைத்திருந்த இரண்டு போஸ்ட்மார்ட்டம் ரிப்போர்ட்களை அவரிடம் நீட்டினார்.

“இன்னிக்கு சிட்டியில் நடந்த ரெண்டு மரணங்களுமே சயனைட் விஷம் காரணமாக நடந்திருக்கு. பிச்சைக்காரி உடம்பை போஸ்ட்மார்ட்டம் பண்ணிய போது அவ சயனைட் மாத்திரையை விழுங்கியிருக்கிறது தெரிஞ்சுது. பட் ரெஸ்டாரெண்டில் இறந்து கிடந்த இளைஞனின் உடம்பை போஸ்ட்மார்ட்டம் பண்ணிய போது, அவனுடைய நுரையீரல்களில் நிரம்பியிருந்த சிகரெட் புகையில் சயனைட் விஷத்தின் அடையாளம் தெரிந்தது.”

அஸிஸ்டண்ட் கமிஷனர் குறுக்கிட்டுக் கேட்டார். “அந்த இளைஞன் சாப்பிட்ட காப்பியில் விஷம் இருந்துச்சா டாக்டர்?”

“அந்த இளைஞனின் வயித்துல இருந்த காப்பியை டெஸ்ட் பண்ணிப் பார்த்தோம். காப்பியில் விஷம் ஒரு பர்சண்ட்கூட இல்லை. அவன் ஸ்மோக் பண்ணின சிகரெட்டை யாரோ சயனைட் பாய்ஸனில் டிப் பண்ணிக் கொடுத்து இருக்கணும். அவன் பாக்கெட்ல வெச்சிருந்த மத்த சிகரெட்டுகளை டெஸ்ட் செஞ்சு பார்க்கணும்...”

“டாக்டர்...! உங்ககிட்ட ஒரு ரெக்வெஸ்ட்.”

"என்ன...?"

"இந்த ரெண்டு சயனைட் மரணங்களுக்கும் ஏதோ ஒரு வகையில் தொடர்பு இருக்கு. அந்தத் தொடர்பு என்னன்னு எனக்குத் தெரியாது. பட் இதுல பாலிடிக்ஸ் மிக்ஸாகியிருக்கு. மேலிடத்திலிருந்து எனக்கு ஒரு வாய்மொழி உத்தரவு வந்திருக்கு..."

டாக்டர் கீர்த்திவாசன் நிமிர்ந்தார்.

"என்ன உத்தரவு?"

"இந்த ரெண்டு மரணங்களையும் மீடியாவுக்கு பெரிசுபடுத்திக் கொடுக்க வேண்டாம்ங்கிற உத்தரவுதான். பத்திரிகைக்காரங்க உங்ககிட்ட கேட்டாலும் நீங்க வாயைத் திறக்காமே எங்களைக் கைகாட்டி விட்டுடுங்க போதும்..."

டாக்டர் புன்னகைத்தார்.

"மிஸ்டர் அஸிஸ்டண்ட் கமிஷனர் ஐயாம் நாட் இண்ட்ரஸ்டட் இன் ஆல் தீஸ் மேட்டர்ஸ். என்னோட ட்யூட்டி, ஹாஸ்பிடல் மார்ச்சுவரிக்கு வந்த டெட்பாடியை போஸ்ட்மார்ட்டம் பண்ணி ரிப்போர்ட்டைக் கொடுக்க வேண்டியது. அந்த ட்யூட்டியை சரியா செஞ்சு ரெண்டு ரிப்போர்ட்டையும் உங்க கையில கொடுத்துட்டேன். இனி நீங்க பார்த்து பத்திரிகைகளுக்கு எப்படி மேட்டர் கொடுத்தாலும் சரி... மீறி பத்திரிகைக்காரங்க என்கிட்ட ஏதாவது கேட்க வந்தா அவங்களை உங்ககிட்ட அனுப்பி வெச்சுடறேன்... போதுமா...?"

"போதும்..."

இரண்டு போஸ்ட்மார்ட்டம் ரிப்போர்ட்களையும் மடித்து ப்ரௌன் கவருக்குள் போட்டுக் கொண்டிருந்த போது, அவர் உள்பாக்கெட்டில் மறைத்து வைத்திருந்த செல்போன் சிணுங்கி சிணுங்கிக் கூப்பிட்டது.

எடுத்து காதுக்குக் கொடுத்தார்.

“எஸ்...”

“அஸிஸ்டண்ட் கமிஷனர் சீதாபதி?”

“ஹோல்டிங்...”

“என்ன சீதாபதி... என்னோட குரல் அடையாளம் தெரியலையா...?”

சீதாபதி மலர்ந்தார்.

“ஓ... நீங்களா ஸார்...? புது நம்பர்... அதுவும் இல்லாம குரல் கொஞ்சம் வித்தியாசமாயிருக்கேன்னு யோசனை பண்ணிட்டிருந்தேன்...”

“காலையிலிருந்து கோல்ட். அதான் குரல் சரியில்லை. ஹாஸ்பிடலுக்குப் போய்ட்டு வந்தாச்சா...?”

“இப்போ ஹாஸ்பிட்டல் வராந்தாவில்தான் நடந்துகிட்டிருக்கேன். போஸ்ட்மார்ட்டம் ரிப்போர்ட்டையும் நானே நேர்ல வந்து வாங்கிட்டேன் ஸார்...”

“பத்திரிகைகளுக்கு நியூஸ் எதுவும் போகாதே?”

“போகாது ஸார்... நீங்க கவலைப்படாம நிம்மதியா இருங்க. நான் எல்லாத்தையும் பார்த்துக்கிறேன்...”

“எனக்குத் தெரியாதா என்ன...?”

மறுமுனை செல்போனில் குரல் சந்தோஷச் சிரிப்பு சிரித்தது.

9

மாலை ஐந்து மணி.

வாஷ்பேசின் கண்ணாடிக்கு முன்பு நின்று எலக்ட்ரிக் ரேஸரால் தாடைப் பரப்பை உழுது கொண்டிருந்த அஸ்வினிராஜ், வெளியே எங்கோ கிளம்பிப் போக ஆயத்தப்பட்டுக் கொண்டிருந்த ஹம்சினியை வியப்பாய்ப் பார்த்தான்.

"எங்கே கிளம்பிட்டே...?"

"கோயிலுக்கு..."

"கோயிலுக்கா...? இன்னிக்கு வெள்ளிக்கிழமைகூட இல்லையே..."

"வெள்ளிக்கிழமையா இருந்தாதான் கோயிலுக்குப் போகணுமா என்ன...? நீங்க இன்னிக்கு டெல்லிக்குப் புறப்பட்டு போறதால கோயிலுக்குப் போய் அர்ச்சனை பண்ணிட்டு வரலாம்ன்னு புறப்பட்டேன்..."

அஸ்வினிராஜ் புன்னகைத்தான்.

"ஸ்பெஷல் வேண்டுதலா?"

"ம்..."

"தெருமுனையில் இருக்கிற பிள்ளையார் கோயிலுக்குதானே...?"

"இல்லீங்க...! ரெண்டு வீதி தள்ளியிருக்கிற அம்மன் கோயிலுக்கு."

“லேட் பண்ணிடாதே...! எனக்கு லேசா வயித்தைப் பசிக்கிற மாதிரி இருக்கு.”

“சொல்ல வேண்டியதுதானே...? ஏதாவது டிபன் பண்ணிக் கொடுத்துட்டு போகட்டுமா...?”

“அவசரமில்லை. நீ கோயிலுக்குப் போய்ட்டு வந்தே டிபன் பண்ணிக் கொடு. ஒரு அரைமணி நேரத்துக்குள்ளே வந்துடுவே இல்லையா...?”

“வந்துடுவேன்...” தேங்காய், பழம், புஷ்பம் இருந்த பூக்கூடையை எடுத்துக் கொண்டு ஹம்சினி கிளம்பினாள்.

வாசற்படி தாண்டி தெருவுக்கு வந்து வேகமாய் நடைபோட்டவள் அந்தத் தெருமுனையைக் கடந்து பக்கத்து தெருவுக்குள் நுழைந்ததும் எதிர்பட்ட டெலிபோன் பூத்துக்குள் நுழைந்து கதவைச் சாத்திக் கொண்டு ஒரு ரூபாய் நாணயத்தின் உதவியோடு டெலிபோனை உசுப்பி ஒரு எண்ணைத் தொடர்பு கொண்டு பேசினாள்.

லைனில் காமேஷ் வந்தான்.

“காமேஷ்! நான் ஹம்சினி...”

“ம்... சொல்லு! உன்னோட போனுக்காகத்தான் வெயிட் பண்ணிட்டிருக்கேன்.”

“என்னோட கணவர் இன்னிக்கு மிட்நைட் ஃப்ளைட்ல டெல்லி போறார்.”

“எதுக்கு?”

“தெரியலை...”

“நீ கேட்கலையா?”

“கேட்டேன். அவர் சொல்லலை. ஹைலி கான்ஃபிடன்ஷியல்ன்னு சொல்லிட்டார்...”

“உமையாள் அனுப்பித்தான் அவர் டெல்லி போறாரா?”

“ஆமா...”

“எதுக்காகப் போறார்ன்னு கொஞ்சம் நைச்சியமா கேட்டுப் பாரேன்...”

“பார்த்துட்டேன். ரொம்பவும் எக்ஸ்ட்ரீமா போனா அவர்க்கு என்மேலே சந்தேகம் வந்துடும்...”

“அவரோட டயரியை எடுத்துப் பாரேன்.”

“நினைச்சேன். தைரியம் வரலை. பார்த்துட்டார்ன்னா போச்சு...”

“இப்படிப் பயப்பட்டா எப்படி ஹம்சினி...? நமக்கு விஷயம் என்னன்னு தெரிய வேண்டாமா?”

“சரி... இன்னிக்கு ராத்திரி முயற்சி பண்றேன். அவர்க்கு ஃப்ளைட் மிட்நைட்தான். எப்படியும் கொஞ்சநேரம் படுத்துத் தூங்குவார். அந்த நேரத்துல டயரியைப் பார்த்துடறேன்.”

“பயமாயிருந்தது பார்க்க முடியலைன்னு சொல்லிடாதே... கண்டிப்பா டயரியைப் பார்க்கணும்.”

“எப்படியும் பார்த்துடறேன்...! அப்புறம் அந்த ரெஸ்டாரெண்ட் சம்பவம் என்னாச்சு...? செத்துப்போன நபர் யார்னு தெரிஞ்சுதா...?”

“தெரியலை...! பட் போலீஸுக்கு இப்போ நம்மமேல லேசா சந்தேகம் விழுந்துருக்கு...”

“நம்மமேலே சந்தேகமா...?”

“ஆமா...”

“எப்படி...?”

“செத்துப்போன நபர் ஒரு காப்பிக்கு ஆர்டர் பண்ணிட்டு நாம உட்கார்ந்துட்டிருக்கற ஃபேமிலி ரூமையே பார்த்துட்டு இருந்ததா அவனுக்கு சப்ளை பண்ணின பேரர் சொல்லப்போக போலீஸுக்கு இப்போ பர்தா போட்டுட்டு வந்த உன்னோட பேரிலும் என் பேரிலும் சந்தேகம். அந்த பேச்சு வார்த்தைகள் நடந்துகிட்டிருக்கும் போதே நான் அங்கேயிருந்து நழுவிட்டேன்.”

"என்ன காமேஷ்...! புதுசா இப்படியொரு பிரச்னையில் மாட்டிக்கிட்டோம்...?"

"இந்த பிரச்னையைப் பத்தி கவலையேபடாதே! நீ பர்தா போட்டிருந்ததாலே உன்னை அந்த வெயிட்டர்க்கு அடையாளம் தெரியாது. நான் மட்டும் என்னைக் கொஞ்சம் மாத்திகிட்டா போதும், எந்த பிரச்னையும் கிடையாது! அதுசரி நீ இப்ப எங்கிருந்து பேசிட்டிருக்கே...?"

"பக்கத்து தெரு டெலிபோன் பூத்திலிருந்து. அவர்கிட்ட கோயிலுக்குப் போறதா சொல்லிட்டு வந்தேன்..."

"உன்மேலே சந்தேகப்பட்டு பின்னாடியே வந்துட போறார்..."

ஹம்சினி சிரித்தாள்.

"என்மேல சந்தேகப்பட்டாத்தானே?"

10

இரவு மணி பத்து.

உமையாள், பங்களாவுக்கு வெளியே வந்து வாட்ச்மேனைக் கூப்பிட்டாள்.

"முத்தையா..."

"அம்மா..." கேட்டின் ஒரு ஓரத்தில் ஸ்டூல்மேல் விரைப்பாய் உட்கார்ந்திருந்த முத்தையா எழுந்து ஓடி வந்தான்.

"முத்தையா...! ரெண்டு நாளைக்கு நான் கொஞ்சம் பிஸியா இருப்பேன். லேப்ல எனக்கு நிறைய வேலையிருக்கு. வெளியே இருந்து யார் வந்து என்னைக் கேட்டாலும் நான் வெளியூர் போயிருக்கிறதா சொல்லிடு. யார்... எவ்வளவு முக்கியமானவங்க வந்தாலும் சரி. அம்மா வெளியூர் போயிருக்காங்கன்னு சொல்லிடு..."

"சரிங்கம்மா..."

"என்னை எதுக்காகவும் இண்டர்காம்ல கூப்பிட்டு தொந்தரவு பண்ணக்கூடாது. உன்னோட வேலையை நீ ஒழுங்கா பார்த்தா மட்டும் போதும்..."

"சரிங்கம்மா..."

உமையாள் "நான் சொன்னதெல்லாம் கவனம்" என்று மறுபடியும் சொல்லிவிட்டு பங்களாவுக்குள் நுழைந்தாள். கதவை உட்பக்கமாய் தாழிட்டுக் கொண்டு லேபாரட்ரியை நோக்கி நடந்தாள்.

லேப்புக்குள் நுழையப் போகும் முன்பு டெலிபோன் அவளைக் கூப்பிட்டு நிறுத்தியது.

போய் ரிஸீவரை எடுத்தாள்.

“ஹலோ!”

“மேடம்... நான் அஸ்வினிராஜ்.”

“சொல்லு... டெல்லி பயணத்துக்கு ரெடியாயிட்டியா?”

“ரெடியாயிட்டேன் மேடம்... இன்னும் ஒரு அரை மணி நேரத்துல கிளம்பிடுவேன். வேற ஏதாவது மெஸேஜ் இருக்கான்னு கேட்கிறதுக்குத்தான் போன் பண்ணினேன்.”

உமையாள் சிரித்தாள்.

“புதுசா எந்த மெஸேஜும் கிடையாது. ஏற்கெனவே உன்கிட்ட சொன்னதுதான். வெளியாட்களுக்கு யார்க்கும் தெரியாமே பாதுகாப்புத்துறை அமைச்சர் பி.ஏகிட்டே அப்பாயிண்ட்மெண்ட் வாங்கணும்... இதுதான் முக்கியம்.”

“எஸ் மேடம்...”

“டெல்லிக்குப் போய்ச் சேர்ந்ததும் உடனடியா எனக்கு ஃபோன் பண்ணு.”

“எஸ்... மேடம்...”

“விஷ் யூ ஏ ஹேப்பி ஜர்ணி.”

“தேங்க்யூ மேடம்...”

உமையாள் ரிஸீவரை வைத்துவிட்டு லேபாரட்ரியின் கதவைத் திறந்து கொண்டு உள்ளே போக, கண்ணாடி ஜன்னலுக்கு வெளியே இருந்து ஒரு நிழலுருவம் பார்த்துக் கொண்டிருந்தது.

11

விடல்லி விடிந்து கொண்டிருந்த வேளையில் விமானம் ஏர்போர்ட்டின் ரன்வேயைத் தொட்டுத் தேய்த்தது. நின்றது.

அஸ்வினிராஜ் விமானம் இறங்கி, பாலம் ஏர்போர்ட்டில் பயணிகளோடு பயணிகளாய் கலந்து லௌன்ஞ்சுக்கு வந்தபோது அதன் வாசலுக்கு வெளியே அஸ்வினிராஜ் என்று ஒரு ஸ்கெட்ச் பேனாவால் எழுதப்பட்ட ஒரு அட்டையைப் பிடித்துக் கொண்டு ஒரு பெண் நின்றிருந்தாள்.

'இந்த அட்டை எனக்காகவா... இல்லை வேறு யாராவது அஸ்விணிராஜுக்கா?'

தயக்கமாய் அந்தப் பெண்ணுக்குப் பக்கத்தில் போய் நின்றான்.

"எக்ஸ்க்யூஸ் மீ..."

"எஸ்..."

"நீங்கள் அட்டையில் எழுதியிருக்கும் அஸ்வினிராஜ் யார் என்று உங்களுக்குத் தெரியுமா?" ஆங்கிலத்தில் கேட்டான்.

"ஆளைத் தெரியாது. ஆனால் அவரைப் பற்றிய விவரம் தெரியும்..."

"என்ன விபரம் தெரியும்?"

அந்தப் பெண் அவனை வியப்பாய் பார்த்தாள். "எதற்காக இதையெல்லாம் கேட்டுக் கொண்டிருக்கிறீர்கள். நீங்கள் யார்?"

“என் பெயர் அஸ்வினிராஜ். அதனால்தான் கேட்டேன்.”

“நீங்கள் மேடம் உமையாளிடமிருந்து வருகிறீர்களா?”

“ஆமாம்...”

“அப்படியானால் இந்த அட்டை உங்களுக்குத்தான். உங்களை வரவேற்கத்தான் நான் வந்திருக்கிறேன்...”

“நீங்கள் யார்...?”

“என் பெயர் மிருதுளா... பாதுகாப்புத்துறை அமைச்சகத்தில் பணிபுரிகிறேன்.”

அஸ்வினிராஜ் நெற்றியைச் சுருக்கினான். “நான் அங்கே வருவது யார்க்கும் தெரியாதே...?”

“எங்களுக்குத் தெரியும்... புறப்படலாமா...? வெளியே கார் காத்திருக்கிறது...”

“இப்போது எங்கே போகப் போகிறோம்?”

“நீங்கள் தங்கவேண்டிய இருப்பிடத்துக்கு.”

“மன்னிக்க வேண்டும்...”

“எதற்கு?”

“உங்களோடு இப்போது வரமுடியாத நிலைமைக்கு.”

“ஏன்...?”

“இது எனக்கு வியப்பான செய்தி.”

“எது...?”

“இப்படி வரவேற்கக் காத்திருப்பது. நான் இங்கே இருக்கிற எஸ்.டி.டி. பூத் மூலம் மேடம் உமையாளிடம் பேசிவிட்டு அவர்கள் சரி என்று சொன்னால் உங்களோடு வருகிறேன்.”

“ஸாரி மிஸ்டர் அஸ்வினிராஜ். நீங்கள் உமையாளோடு பேச அனுமதியில்லை.”

“ஏன்...?”

“கொஞ்சம் பின்னால் திரும்பிப் பாருங்கள்.”

அஸ்வினிராஜ் திரும்பிப் பார்த்தான்.

ஜீன்ஸ் பாண்ட்டும் டீஷர்ட் அணிந்த ஒரு இளைஞன் அவனுக்குப் பக்கத்தில் நெருக்கமாய் நின்றிருந்தான்.

‘யார் இவர்கள்?’

அஸ்வினிராஜ் கோபமாய் முறைத்துக் கொண்டிருக்கும் போதே அந்த இளைஞன் சிரித்தான்.

“கார்க்குப் போலாமா?”

“நோ... மேடத்திற்கு போன் செய்து கேட்டுக் கொண்டுதான் வருவேன்.”

“இதுதான் உ ங்கள் முடிவா?”

“ஆமாம்...”

“இனி எங்களுக்கு வேறு வழியில்லை. ஸாரி மிஸ்டர் அஸ்வினிராஜ்...”

இளைஞன் சொல்லிக் கொண்டே தன் பனியனின் உட்பகுதியில் கையை நுழைத்து ஒரு பிஸ்டலை எடுத்து அஸ்வினிராஜின் இடுப்போடு ஒட்ட வைத்தான்.

“ஏதாவது உதவி கேட்டு கத்த முயன்றாலோ அல்லது போலீஸைக் கூப்பிட்டாலோ இந்த பிஸ்டலுக்குள்ளே இருக்கிற ஆறு தோட்டாவும் அதே நிமிஷம் உடம்பில் புகுந்துவிடும்.”

“யூ... யூ...”

முகம் வியர்த்து வழிய சுற்றும் முற்றும் பார்த்தான் அஸ்வினிராஜ்.

மற்ற பயணிகள் எல்லோரும் போய்விட்டிருக்க, லௌன்ஞ்ச் வெறிச்சோடிக் கிடந்தது. தூரத்து கஃபேடேரியாவில் மட்டும் சின்னதாய் ஒரு கும்பல் தெரிந்தது.

"மிஸ்டர் அஸ்வினிராஜ்! நாங்கள் சொல்கிற பேச்சைக் கேட்டுக் கொண்டு நடந்தால் நீங்கள் சென்னைக்கு மறுபடியும் உயிரோடு திரும்பிப் போகலாம். இல்லாவிட்டால் இதே இடத்தில் செத்து மடிய வேண்டியதுதான். உங்களுக்கு எப்படி வசதி...?"

பிஸ்டல் அஸ்வினிராஜின் இடுப்பைக் கடுமையாய் பிறாண்டியது.

"ம்... முன்னே செல்லுங்கள்..."

செல்லமாய் நெட்டித் தள்ளப்பட்டான்.

அந்தப் பெண், முன்னால் ஒன்றும் தெரியாதவள்போல் போக, இளைஞன் தள்ளிக் கொண்டு நடந்தான்.

ஏர்போர்ட்டைக் கடந்து வெளியே வந்தார்கள். கார் பார்க்கிங்கில் அந்த காண்டஸா கார் தனியாய்க் காத்திருந்தது.

பெண் முன்னால் போய் காரின் பின்பக்கக் கதவைத் திறந்து வைக்க, அஸ்வினிராஜ் தள்ளப்பட்டான்.

இளைஞன் பிஸ்டலோடு அவனை நெருக்கிக் கொண்டு உட்கார, காரின் ட்ரைவிங் சீட்டுக்குப் போனாள் அந்தப் பெண்.

இக்னீஷியன் உசுப்பப்பட்டு, கார் காற்றை அறுத்துக் கொண்டு சீறிப் பாய்ந்தது.

12

அஸிஸ்டண்ட் போலீஸ் கமிஷனர் சீதாபதி தன் யூனிஃபார்மைத் தவிர்த்துவிட்டு சாதாரண வேஷ்டி சட்டையில் தன் மாருதி காரை விரட்டிக் கொண்டு திருவான்மியூர் ரோட்டில் போய்க் கொண்டிருக்க, காலை பத்து மணி வெய்யில் முன்பக்க கார் கண்ணாடியைச் சுட்டது.

போக்குவரத்தற்ற அந்தச் சாலையில் ஒரு பதினைந்து நிமிஷம் பயணம் செய்து பின் இடதுபக்கமாய் பிரிந்த கிளைப் பாதையில் காரைத் திருப்பினார்.

கிளைச் சாலையின் இரண்டு பக்கமும் சவுக்குக் கன்றுகள் விடாப்பிடியாய் தொடர்ந்து வந்தது. கடல் தொலைவில் இரைவது கேட்டது.

காரை கவனமாய்க் கையாண்டு கொண்டிருந்த சீதாபதியை காரின் டாஷ்போர்டு அருகே மாட்டியிருந்த செல்போன் குரல் கொடுத்துக் கூப்பிட்டது.

எடுத்தார்.

இடது கையால் ஸ்டீயரிங்கை வளைத்துக் கொண்டே குரல் கொடுத்தார்.

"எஸ்..."

"ஏ.ஸி. ஸாரா?"

"ஆமா..."

"பார்க்க வர்றதா சொன்னீங்க?"

"வந்துட்டே இருக்கேன். உங்க ஃபாக்டரியில் இருந்து இப்போ ஒரு கிலோமீட்டர் தூரத்தில் இருக்கேன். இன்னும் அஞ்சு நிமிஷத்துக்குள்ளே உங்க முன்னாடி உட்கார்ந்துட்டிருப்பேன்."

"வாங்க... வாங்க... உங்களுக்காகத்தான் இன்னிக்கு யார்க்கும் அப்பாய்ண்ட்மெண்ட் தராமே வெயிட் பண்ணிட்டிருக்கேன்."

"வந்துட்டேன்."

சீதாபதி செல்போனை அணைத்துவிட்டு கார்க்கு வேகத்தைக் கொடுத்தார்.

இரண்டே நிமிஷம்!

சவுக்கு மரங்களுக்கு மத்தியில் வெண்ணெயால் மெழுகி செய்யப்பட்டது போல் ஒரு பங்களா உட்கார்ந்திருக்க, காம்பௌண்ட் கேட்டுக்கு முன்பாய் காரை நிறுத்தி சின்னதாய் ஒரு ஹார்ன் கொடுத்தார்.

கேட் அந்த விநாடியே பிளந்து வழிவிட்டது. காரை உள்ளே செலுத்திக் கொண்டுபோய் போர்டிகோவில் நிறுத்திவிட்டு கீழே இறங்க, உள்ளே இருந்து வெள்ளைநிற பைஜாமாவில் அந்த ஐம்பத்தைந்து வயது வழுக்கை மனிதர் மலர்ச்சியோடு எதிர்பட்டார்.

"வாங்க... ஏ.ஸி. ஸார்..."

"எப்படி இருக்கீங்க வைரவன்?"

"நீங்க எனக்கு பக்கபலமா இருக்கும்போது எனக்கென்ன குறைச்சல். ஹண்ட்ரட் பர்சென்ட் சௌக்யம். உள்ளே வாங்க..."

போனார்கள்.

"கிரண் எங்கே?"

"அயாம் ஹியர் அங்கிள்..." ஹாலின் வலது பக்கத்தில் இருந்த ஒரு அறையிலிருந்து அந்த இளைஞன்

வெளிப்பட்டான். தலைகொள்ளாத கேசம். கண்களில் பவர் கண்ணாடி.

ஏ.ஸி. கிரணை நெருங்கி முதுகைத் தட்டினார்.

“ரிஸர்ச்செல்லாம் எப்படி போயிட்டிருக்கு?”

“ஃபைன் அங்கிள். நீங்க மனசு வெச்சா இன்னும் ஒரு பெரிய உயரத்துக்கு போவேன்.”

ஏ.ஸி. சிரித்தார்.

“நானும் உங்கப்பாவும் எப்பவோ மனசு வெச்சாச்சு. வர்ற வருஷம் இதே தேதியில் உனக்குப் பாராட்டும் ரிவார்ட்ஸூம் க்யூ வரிசையில் காத்திட்டிருக்கும். மத்திய அரசாங்கத்தின் அவுட்ஸ்டாண்டிங் யங் பர்ஸன் அவார்ட் ஜனாதிபதி கையால வாங்கப் போறே...”

“தேங்க்யூ அங்கிள்...”

எல்லோருமாய் சோபாவுக்கு சாய்ந்தார்கள்.

ஏ.ஸி. புன்னகையோடு வைரவனையும் கிரணையும் ஏறிட்டார். “என்னோட ஸைடில் ஒவ்வொரு வேலையா முடிச்சுட்டு வர்றேன். உங்க ஸைடில் என்ன ப்ராக்ரஸ்...?”

“அதோ...!”

வைரவன் ஏ.ஸிக்கு பின்பக்கம் கையைக் காட்ட சீதாபதி திரும்பிப் பார்த்தார்.

உமையாள் வீட்டு வாட்ச்மேன் முத்தையா கைகளைக் கட்டிக்கொண்டு வெகு பவ்யமாய் நின்றிருந்தான்.

13

டெல்லியின் நிஜாமுதீன் பகுதிக்குள் கார் நுழைந்து குறுகலான சில சந்துகளில் பயணித்து ஒரு வீட்டுக்கு முன்பாய் நின்றது.

அஸ்வினிராஜ் பிஸ்டல் முனையில் கீழே இறக்கப்பட்டான்.

"ம்... நட..."

அவனைத் தள்ளிக் கொண்டு நடந்தார்கள்.

மாடிப்படிகள் வந்தன.

ஏற்றப்பட்டான். பிஸ்டல் இடுப்பில் அவஸ்தையாய் இடித்துக் கொண்டே வந்தது.

ஒரு அறைக் கதவுக்குள் நுழைக்கப்பட்டு சோபாவில் தள்ளப்பட்டான். பக்கத்துக்கு ஒருவராய் அந்தப் பெண்ணும் இளைஞனும் உட்கார்ந்தார்கள்.

பிஸ்டல் இப்போது இடுப்பில் புதைந்திருந்தது.

அஸ்வினிராஜ் வியர்த்த முகத்தோடு இரண்டு பேர்களையும் மாறி மாறி பார்த்தான்.

"உங்கள் இருவர்க்கும் என்ன வேண்டும்?"

"உண்மை..."

"என்ன உண்மை...?"

"டெல்லிக்கு நீ எதற்காக வந்தாய்?"

"அது... அது... வந்து..."

"ம்... சொல்."

"என் பர்சனல் வேலையாய் வந்தேன்."

"பொய்."

அந்தப் பெண் சிரித்தாள். "இதோ பார்! நீ எதற்காக டெல்லிக்கு வந்திருக்கிறாய் என்கிற விஷயம் எங்களுக்குக் கொஞ்சம் இலைமறை காய்மறையாகத் தெரியும். உண்மையைச் சொல்லிவிடு..."

"நான் இப்போது சொல்லிக் கொண்டிருப்பது உண்மை. என்னுடைய பர்சனல் வேலையாகத்தான் வந்தேன்..."

"பொய் பேசிக்கொண்டே போகாதே. நீ இந்த டில்லிக்கு யாரைப் பார்க்க வந்தாய் என்று எங்களுக்கு நன்றாகவே தெரியும். பாதுகாப்புத்துறை அமைச்சரின் அந்தரங்கக் காரியதரிசி ஆல்பர்ட்டைப் பார்க்க வந்திருக்கிறாய். இல்லையா...?"

"....."

"இது முதல்கட்ட உண்மை. எங்களுக்கு வேண்டியது இரண்டாவது கட்ட உண்மை. எதற்காக அவரைப் பார்க்க வந்தாய்...?"

"நான் இங்கே யாரையும் பார்க்க வரவில்லை. என் சொந்த விஷயமாக என் நண்பர் ஒருவரைப் பார்க்க வந்தேன்."

அந்த இளைஞன் பிஸ்டலை எடுத்து அஸ்வினிராஜின் நெற்றிப் பொட்டில் வைத்தான்.

"நான் பத்து எண்ணுவதற்குள் நீ உண்மையைச் சொல்லவில்லையென்றால் உன்னைச் சுட்டுத் தள்ளுவதை தவிர எனக்கு வேறு வழியில்லை."

பிஸ்டல் நெற்றியில் அழுத்தப்பட்டது.

"ஒன்... டூ... த்ரீ... ஃபோர்... ஃபைவ்..."

அஸ்வினிராஜ் வாயைத் திறக்கவில்லை.

பிஸ்டல் பேர்வழி எண்ணிக்கையைத் தொடர்ந்தான். “சிக்ஸ்... செவன்...”

பெண் குரல் கொடுத்தாள்.

“உண்மையைச் சொல்லிடு... இல்லாவிட்டால் உன்மேல் தோட்டா பாயும்...”

அஸ்வினிராஜ் மௌனித்தான்.

“எய்ட்... நைன்...”

“.....”

அஸ்வினிராஜ் கண்களை மூடிக் கொண்டான். காது அருகே “டென்” என்ற குரல் கேட்டது.

பிஸ்டல் வேகமாய் அழுத்தப்பட்டது.

எந்த விநாடியும் ட்ரிக்கர் அழுத்தப்படும் சூழ்நிலையில் அந்தப் பெண்ணின் சிரிப்புச் சத்தம் கேட்டது.

அஸ்வினிராஜ் கண்களைத் திறந்தான்.

அந்த இளைஞனும் பெண்ணும் தத்தம் கைகளை நீட்டிக் கொண்டிருந்தார்கள்.

“வெல்டன் மிஸ்டர் அஸ்வினிராஜ். உங்களுடைய உறுதியான மனத் துணிச்சலுக்கு எங்களுடைய பாராட்டுதல்கள். டில்லிக்கு நீங்கள் எதுக்காக வந்து இருக்கிறீர்கள் என்று எங்களுக்குத் தெரியும். உமையாள் முன்பே எங்களுக்குத் தகவல் கொடுத்துவிட்டார்...”

“நீங்கள்...?”

“பாதுகாப்புத்துறை ரசாயனப் பிரிவில் நாங்கள் இருவரும் வேலை பார்க்கிறோம். என் பெயர் விநோத். ஷி ஈஸ் அமலா. டில்லிக்குத் தகவல் கொண்டு வர்ற நீங்க உமையாளுக்கு எவ்வளவு விசுவாசமா இருக்கீங்கன்னு தெரிஞ்சுக்கத்தான் இப்படி ஒரு அதிர்ச்சியைக் கொடுத்தோம்... ஸாரி ஃபார் த ட்ரபுள்...”

அஸ்வினிராஜின் வியர்த்த முகம் இப்போது ஒரு பிரகாசத்துக்கு உட்பட்டது.

"நான் இதை எதிர்பார்க்கவே இல்லை...! டெல்லிக்கு நான் வந்த காரியம் முடியாமலேயே செத்துப்போயிடப் போகிறோமேன்னு நினைத்தேன். காட் ஈஸ் க்ரேட்!"

"மிஸ்டர் அஸ்வினிராஜ். நீங்கள் இதே வீட்டில் தங்கி ஓய்வு எடுத்துக்கொண்டு காலை பத்து மணிக்குமேல் பதினோரு மணிக்குள் பாதுகாப்புத்துறை அமைச்சரின் அந்தரங்கக் காரியதரிசி மிஸ்டர் ஆல்பர்ட்டை நீங்கள் சந்தித்துப் பேசலாம்... அதோ அதுதான் உங்கள் அறை. போய் ஓய்வு எடுத்துக் கொள்ளுங்கள்."

வினோத், பக்கத்தில் இருந்த ஒரு அறையைக் காட்டினான்.

14

வாட்ச்மேன், முத்தையாவைப் பார்த்ததும், அஸிஸ்டண்ட் போலீஸ் கமிஷனர் சீதாபதி புன்னகையைப் பெரிதாக்கினார்.

“என்ன முத்தையா, இந்த நேரத்துல இங்கே இருக்கே? உமையாள் வீட்டுக்கு இப்போ யார் வாட்ச்மேன்?”

கைகளைக் குவித்துக் கொண்டே முன்னால் வந்தான் முத்தையா.

“அய்யா! உமையாள் அம்மா இன்னும் ரெண்டு நாளைக்கு பங்களாவை விட்டு வெளியே வரமாட்டாங்க.”

“ஏன்?”

“லேப்ல ஏதோ முக்கியமான வேலை இருக்காம். ரெண்டு நாளைக்குத் தொந்தரவு படுத்த வேண்டாம்னு சொல்லிட்டாங்க. எப்பவுமே காலையில ஏழு மணியிலிருந்து பதினோரு மணி வரைக்கும் ரெஸ்ட் ஹவர்ஸ். காம்பௌண்ட் கேட்டை முன்பக்கமா பூட்டிக்கிட்டு நம்ம அய்யாவைப் பார்த்துட்டுப் போலாம்னு வந்தேன்.”

“முத்தையா... இப்படி வா...”

வந்தான்.

“நேத்திக்கு நடந்த பிச்சைக்காரி விஷயத்துல உமையாள் அம்மாவுக்கு எந்த சந்தேகமும் வரலையே?”

“ஒரு சந்தேகமும் வரல்லீங்கய்யா. வழக்கமா பிச்சை கேட்டுட்டு வந்த அந்தப் பிச்சைக்காரியை உளவு பார்க்க

வந்த பொண்ணு மாதிரி காட்டி பேஜர் கருவியை அவகிட்ட இருந்து எடுத்த மாதிரி செட் அப் பண்ணியதை உமையாள் அம்மா நம்பிட்டாங்க...”

“அஸ்வினிராஜ்க்கு எந்த சந்தேகமும் வரலையே?”

“இல்லை...”

“அவன் எமகாதகன்...”

“அவன் யாராயிருந்தா நமக்கு என்னய்யா...! போட்ட திட்டத்தை துல்லியமாக செயல்படுத்தினா நம்பித்தானே ஆகணும்?”

“அது சரி... பிச்சைக்காரி வாயில் சயனைட் மாத்திரையைப் போட்டு அவளை விழுங்கச் செய்ய ரொம்பவும் கஷ்டப்பட்டியா?”

“இல்லீங்கய்யா...! பிச்சைக்காரியை நான் மிரட்டின விதத்தில் ரொம்பவும் மிரண்டுபோயிருந்தா. நான் கையில மாத்திரையை வெச்சுகிட்டு வாயைத் திறன்னு மிரட்டினேன். அவ பயந்துபோய் வாயைத் தொறந்தா. மாத்திரையை உள்ளார போட்டு விழுங்குன்னு சொன்னேன். விழுங்கிட்டா... அரை நிமிஷத்துக்குள்ளே நுரை தள்ளி செத்துப்போயிட்டா...”

சீதாபதி சிரித்தார்.

“முத்தையா...! நீ ஒரு எக்ஸ் சர்வீஸ்மேன் என்கிற விஷயத்தை ஒவ்வொரு தடவையும் நிரூபிச்சுட்டு வர்றே. ரெஸ்டாரெண்ட்ல ஒருத்தன் செத்தானே அவன் பேர் என்ன?”

“பவுல்ராஜ்.”

“ம்... பவுல்ராஜ். அவனோட கதையை முடிச்சதுலதான் எனக்கு கொஞ்சம் நெருடல்...”

“ஏன்யா... அப்படி சொல்றீங்க? அவனையும் யோசனை பண்ணித்தான் சாய்ச்சிருக்கோம்.”

“அதுல நீ மட்டும் நேரிடையா சம்பந்தப்பட்டிருந்தா பரவாயில்லை. வேற ஒரு பொண்ணை இதுல இன்வால்வ் பண்ணித்தானே காரியத்தை முடிச்சிருக்கே?”

“வேற வழி இல்லீங்கஎேய்யா! பவுல்ராஜ் வீட்ல வேலை செய்யற வேலைக்காரி என்னோட ஆளு. அவ மூலமா பவுல்ராஜ் ஸ்மோக் பண்ற சிகரெட்களுக்கு சயனைட் பவுடரைத் தடவச் சொன்னேன். நான் சொன்ன மாதிரியே அவளும் பண்ணினா. சிகரெட்டை வீட்ல இருக்கும்போதே குடிச்சுட்டு சாவான்னு நினைச்சேன். ஆனா ஒரு ரெஸ்டாரெண்ட்ல போய் சிகரெட்டை பத்த வச்சு மண்டையைப் போட்டிருக்கான்.”

அதுவரைக்கும் ஒன்றும் பேசாமல் இருந்த வைரவன் இப்போது வாயைத் திறந்தார்.

“எனக்கென்னமோ இந்த பவுல்ராஜை தீர்த்துக்கட்டினது அநாவசியம்ன்னு என் மனசுக்குப்படுது. இன்னும் கொஞ்ச நாளைக்கு விட்டுப் பார்த்திருக்கலாம்...”

முத்தையா அவசரமாய் மறுத்தான்.

“இல்லீங்கய்யா... அந்த பவுல்ராஜைப் பத்தி உங்களுக்குத் தெரியாது. அவன் என் வீட்டுப் பக்கமாய் வந்து ரெண்டு தடவை நோட்டம் பார்த்துட்டுப் போயிருக்கான். இனியும் அவனை விட்டுவெச்சிருந்தா நான் உங்களுக்கெல்லாம் உதவியா இருக்கிறதை கண்டிப்பா கண்டுபிடிச்சிருப்பான். அவனைத் தீர்த்துக்கட்டின பின்னாடிதான் எனக்கு நிம்மதியா இருக்கு...”

“பவுல்ராஜ் யார்க்காக இந்த ஒற்றன் வேலை பார்த்தான்னு தெரியலை” வைரவனின் மகன் கிரண் கேட்க, ஏ.ஸி. அவனிடம் நிமிர்ந்தார்.

“போலீஸ் விசாரணையில் ஒரு விஷயம் கிடைச்சிருக்கு கிரண்...”

“என்ன விஷயம் அங்கிள்?”

“பவுல்ராஜ் பர்தா போட்ட ஒரு முஸ்லீம் பொண்ணையும் ஒரு இளைஞனையும் ஃபாலோ பண்ணி அந்த ரெஸ்டாரெண்ட்டுக்குள்ள போயிருக்கான். அவங்க

ஃபேமிலி ரூமுக்குள்ளே போயிட்டதால அவன் அந்த ரூமை பார்த்துகிட்டே வெளியே இருந்த டேபிளில் உட்கார்ந்து காப்பிக்கு ஆர்டர் பண்ணிட்டு சிகரெட் பிடிச்சிருக்கான்."

"இந்த விஷயம் உங்களுக்கு எப்படி தெரிஞ்சுது அங்கிள்?"

"விசாரணைக்குப் போன இன்ஸ்பெக்டர்கிட்ட பவுல்ராஜ்க்கு சர்வ் பண்ணின பேரர் சொல்லியிருக்கான்."

"பவுல்ராஜ் ஃபாலோ பண்ணின அந்த முஸ்லீம் பொண்ணும் இளைஞனும் யாரு...?"

"தெரியலை. அவங்களைக் கண்டுபிடிக்கிற முயற்சியில் போலீஸ் தீவிரமா ஈடுபட்டிருக்கு..."

"அங்கிள்! அந்த அம்மா உமையாள் எனக்கு முன்னாடி அந்த டைனமைட் காப்ஸ்யூல்களைக் கண்டுபிடிச்சுடக்கூடாது. அந்த ஃபார்முலாவை அவ கண்டுபிடிச்சுட்டதாக முத்தையா வந்து சொல்றான். அது விஷயமா பாதுகாப்புத்துறை அமைச்சரின் அந்தரங்கக் காரியதரிசியைப் பார்த்துப் பேச அஸ்வினிராஜ் டெல்லிக்குப் புறப்பட்டு போயிருக்கானாம்... இந்த நிலைமையில் நாம என்ன செய்யப் போகிறோம்?"

"டைனமைட் காப்ஸ்யூல்களைத் தயார் செய்யக்கூடிய ஃபார்முலாவை உமையாள் கண்டுபிடிச்சது உண்மையா?"

முத்தையா குறுக்கிட்டான்.

"உண்மைதாங்கய்யா. நீங்க என்கிட்ட குடுத்து வெச்சிருந்த ஒட்டு கேக்கிற மெஷின்ல உமையாள் அம்மாவும் அஸ்வினிராஜும் பேசிகிட்டதைக் கேட்டேன்."

"அஸ்வினிராஜ் டெல்லிக்கு போயாச்சா?"

"போயாச்சு..."

சீதாபதி யோசிக்க ஆரம்பிக்க, முத்தையா தயக்கக் குரலால் குறுக்கிட்டான்.

"அய்யா..."

"என்ன?"

"உமையாளைத் தீர்த்துக்கட்டறதுக்கான நேரம் இதுதான். நாம பல நாளா எதிர்பார்த்துட்டிருந்த தருணம் இதுதான். அஸ்வினிராஜும் ஊர்ல இல்லை. டெல்லி போயிருக்கான். அவன் என்னிக்கு திரும்பி வர்றான்னு தெரியாது. உமையாள், பங்களாவை விட்டு வெளியே வராமே ரெண்டு நாளைக்கு லேப்ல ஏதோ வேலை பார்க்கப் போறா. உள்ளே பூந்தா இப்போ காரியத்தை கச்சிதமா முடிச்சுடலாம். உமையாளுக்கு எதிரிகள் இருக்காங்கங்கிறதை ஃப்ரூப்பண்ண பிச்சைக்காரி விவகாரத்தைக் கைவசம் ரெடியா வெச்சிருக்கோம். உமையாள் இந்த சமயத்துல தீர்க்கப்பட்டா போலீஸ் சந்தேகம் நம்ம பக்கம் திரும்பாமே வேற பக்கமா தாவும்."

வைரவன் இடைமறித்தார்.

"நீ சொல்றது சரிதான் முத்தையா... ஆனா அந்த உமையாள் கண்டுபிடிச்சு வெச்சிருக்கிற ஃபார்முலா நம்ம கைக்குக் கிடைக்கணுமே..."

"அய்யா... அதைப்பத்தின கவலையே உங்களுக்கு வேண்டாம். இன்னிக்கு ராத்திரி அவ கதையை முடிக்கிறேன். அதுக்கு முன்னாடி அவகிட்ட இருக்கிற ஃபார்முலாவை எப்பாடுபட்டாவது வாங்கிடுவேன்..."

"உன்னால முடியுமா?"

"முடியுமாவா? முடிச்சுக்காட்டறேன்ய்யா! நாளைக்கு இந்நேரம் கிரண் தம்பி கையில ஃபார்முலா இருக்கும்."

"சரி! உமையாள் பாடியை என்ன பண்ணப்போற?"

"பங்களாவுக்குப் பின்பக்கமா குப்பைக் குழி ஒண்ணு இருக்குங்கய்யா... பாடியை அதுல தள்ளி அடக்கம் பண்ணிட வேண்டியதுதான்..."

சீதாபதி வைரவனிடம் திரும்பினார்.

“நீங்க என்ன சொல்றீங்க...?”

“முத்தையா சொல்ற மாதிரி இதுதான் சரியான தருணம். அஸ்வினிராஜும் பங்களாவில் இல்லை. இந்த சந்தர்ப்பத்தை பயன்படுத்திகிட்டு அவளைத் தீர்த்துக்கட்டிட வேண்டியதுதான்.”

சீதாபதியின் பார்வை இப்போது முத்தையாவிடம் தாவியது.

“முத்தையா...”

“அய்யா...”

“உமையாளை எப்படி தீர்த்துக் கட்டப்போறே சொல்லு...?”

“அய்யா...! அந்த அம்மா இப்போ பங்களாவுக்குள்ளே இருக்கிற லேப்பில் ஏதோ வேலை பாா்த்துகிட்டிருக்காங்க. முன்பக்க வாசல் வழியா பங்களாவுக்குள்ளே போக முடியாது. பங்களாவுக்குப் பின்பக்கமா இருக்கிற வெண்டிலேட்டர் ஜன்னல் ஒண்ணு க்ரில் கம்பி இல்லாமே ஒரு செவ்வகத் திறப்பு மாதிரி இருக்கு. கொஞ்சம் சிரமப்பட்டாலும் அது வழியா பங்களாவுக்குள்ளே போயிடலாம்.”

“நல்லா யோசனை பண்ணிக்கோ முத்தையா. உள்ளே போய் மாட்டிக்கப்போறே...?”

முத்தையா சிரித்தான்.

“உங்களுக்கு அந்தக் கவலையே வேண்டாங்கய்யா. காரியத்தை நான் கச்சிதமா முடிச்சுக் கொடுத்துடறேன். அதுக்கப்புறம் உங்க ஒத்துழைப்புதான் எனக்கு வேணும்.”

சீதாபதி சிரித்துக் கொண்டே எழுந்தார்.

“எல்லாத்தையும் நான் பார்த்துக்கிறேன். கேஸை திசைதிருப்பத்தான் ஏற்கெனவே பிச்சைக்காரி விவகாரமும் பவுல்ராஜ் விவகாரமும் கைவசம் இருக்கே. அதைப் பெரிய அளவில் ஃபோக்கஸ் பண்ணினாலே போதும்... கேஸ் நாம இருக்கிற திசையிலிருந்து விலகிடும்...”

"அப்ப... நான் கிளம்பட்டுங்களாய்யா...?"

"ம்... கிளம்பு... காரியத்தை முடிச்சுட்டு உடனே எனக்கு போன் பண்ணு..."

தலையசைத்து விட்டு நகர்ந்தான் முத்தையா. அவன் போர்டிகோவைத் தாண்டும்வரை காத்திருந்த கிரண் சீதாபதியிடம் நிமிர்ந்தான்.

"அங்கிள்..."

"என்ன கிரண்...?"

"முத்தையாவால இந்தக் காரியத்தை முடிக்க முடியுமா...?"

"கவலைப்படாதே கிரண். அவன் முடிப்பான்." சொல்லி அவனுடைய தோளைத் தட்டிக் கொடுத்தார் சீதாபதி.

15

ராத்திரி ஒன்பது மணி.

கதவு மெலிதாய் தட்டப்படும் சத்தம் கேட்டு, டி.வியின்மேல் பார்வையை நிறுத்தியிருந்த ஹம்சினி எழுந்து போய் சாத்தியிருந்த ஜன்னலைத் திறந்து வாசலை எட்டிப் பார்த்தாள்.

வாசலில் யாரோ நின்றிருந்தார்கள்.

ஹம்சினி குரல் கொடுத்தாள்.

"யாரு...?"

"நான்தான்" கிசுகிசுப்பாய் குரல் கொடுத்தபடி முகத்தைக் காட்டினான் காமேஷ்.

ஹம்சினி பதட்டமானாள்.

"என்ன காமேஷ்! வீட்டுக்கே வந்துட்டீங்க?"

"இன்னிக்கு சாயந்தரம் ஏழு மணி வரைக்கும் உனக்காக பாரீஸ் கார்னரில் வெயிட் பண்ணிப் பார்த்தேன். நீ ஏன் வரலை? உன் வீட்டுக்கு போன் பண்ணினா என்கேஜ்ட் டோன். எனக்கு இருப்பே கொள்ளலை. அதான் நேர்லயே பார்க்க வந்துட்டேன்."

ஹம்சினி வேகவேகமாய் கதவுக்குப் போய் தாழ்ப்பாளை விலக்கினாள்.

"சீக்கிரமா உள்ளே வாங்க..."

காமேஷ் உள்ளே வந்தான்.

மறுபடியும் கதவைத் தாழிட்டுவிட்டு, படபடத்தாள் ஹம்சினி.

"உங்களுக்கு எத்தனைவாட்டி சொல்லியிருக்கேன்... என்னைப் பார்க்க வீட்டுக்கெல்லாம் வரக்கூடாதுன்னு. யாராவது நோட் பண்ணிட்டா அவ்வளவுதான்..."

காமேஷ் புன்னகைத்தான்.

"மத்தவங்க நோட் பண்ற மாதிரியா நான் வருவேன்...?" - சொல்லிக் கொண்டே உரிமையோடு போய் சோபாவுக்கு சாய்ந்து கொண்டான்.

ஹம்சினி முறைத்தாள்.

"இருந்தாலும் உங்களுக்கு தைரியம்தான்."

"தைரியம் இல்லேன்னா இது மாதிரியான காரியத்தில் இறங்க முடியுமா...?"

"சரி...! ஏதாவது தகவல் உண்டா?"

"நீதான் சொல்லணும். உன்னோட அருமைக் கணவர் அஸ்வினிராஜ் டெல்லிக்குப் போய்ச் சேர்ந்ததும் போன் பண்ணினாரா...?"

"போன்தான் அவுட் ஆஃப் ஆர்டராயிருக்கே! எப்படி போன் பண்ணுவார்...?"

"அவரோட டயரியையாவது பார்த்தியா? டெல்லிக்கு என்ன விஷயமா போனார்ன்னு அதுல ஏதாவது எழுதியிருந்ததா...?"

"டயரியை எடுத்துப் பார்த்தேன். அதுல விசேஷமா எதுவுமே எழுதப்படலை."

"எல்லாப் பக்கங்களையும் புரட்டிப் பார்த்தியா?"

"ஒவ்வொரு பக்கமா புரட்டி பார்த்துகிட்டு இருக்க முடியுமா...? ரேண்டமா புரட்டிப் பார்த்தேன். விசேஷமா எதுவும் கிடைக்கலை..."

“ஹம்சினி! நாம இப்படியே எந்த ஒரு விஷயத்தையும் தெரிஞ்சுக்க முடியாமே ஒவ்வொரு நாளையும் வேஸ்ட் பண்ணிட்டிருக்கோம். தலைவர்கூட கடுப்பாகி என்னைத் திட்டிட்டார்.”

‘உச்’ கொட்டினாள் ஹம்சினி. “அதுக்கு நாம என்ன செய்ய முடியும் காமேஷ்? எல்லா வகையிலேயும் முயற்சி பண்ணியும் என்னோட கணவர்கிட்டேயிருந்து ஒரு தகவலையும் பெயர்க்க முடியலை. உமையாள் சைடிலிருந்தும் எதையும் கிரகிக்க முடியலை. நம்மை ஃபாலோ பண்ணி ரெஸ்டாரெண்ட்டுக்கு வந்து உயிரைவிட்ட அந்த நபர் யார்ன்னும் இதுவரைக்கும் தெரியலை. அதுவேற ஒரு பெரிய குழப்பம்...”

காமேஷ் மேற்கொண்டு பேசும் முன் அந்த சத்தம் கேட்டது.

வீட்டின் பின்பக்கம் யாரோ நடக்கும் சத்தம்.

16

வாட்ச்மேன் முத்தையா செக்யூரிட்டி கூண்டுக்குள் இருந்த டைம்பீஸைப் பார்த்தான்.

நேரம் 9.15.

எழுந்தான்.

காம்பௌண்ட் கேட்டை உட்பக்கமாய் பூட்டிக் கொண்டு, பங்களாவை பக்கவாட்டில் சுற்றிக் கொண்டு பின்பக்கம் போனான். செடி கொடிகள் மண்டிய தோட்டப்பகுதி அது. திருகுப் பூச்சிகள் யூனிஃபார்மாய் 'சொய்ங்க்' என்று கத்திக் கொண்டிருக்க, முத்தையா குளியலறைப் பக்கமாய் போய் க்ரில் கம்பி பெயர்ந்து போயிருந்த வெண்டிலேஷன் சதுரத்துக்கு நேராய் வந்து நின்றான்.

சுற்றும் முற்றும் பார்த்துவிட்டு ஒரு எம்பு எம்பி வெண்டிலேஷன் சதுரத்தைப் பற்றிக்கொண்டு கொஞ்சம் கொஞ்சமாய் உயர்ந்து தலையை முதலில் உள்ளே விட்டான்.

சரியாக மூடப்படாத தண்ணீர் குழாயிலிருந்து நீர் துளித்துளியாய் பக்கெட்டில் 'லொட் லொட்'டென்று சொட்டிக் கொண்டிருந்தது.

முத்தையா தன் உடம்பை லாவகமாய் வளைத்து சிரமப்பட்டு வெண்டிலேஷன் சதுரத்திற்குள் வழுக்கி குளியலறைக்குள் கால் பதித்தான்.

ஈரத்தரையில் நடந்து குளியலறைக் கதவைத் திறந்து கொண்டு வெளியே வந்தான்.

பங்களாவின் பின்பக்க வராந்தா இருட்டில் புதைந்து போய் தெரிந்தது.

எதன்மீதும் இடித்துக் கொள்ளாமல் நிதான நடைபோட்டு வராந்தாவைக் கடந்து பங்களாவின் மையப் பகுதிக்கு வந்து, திறந்திருந்த ஒரு ஜன்னல் வழியாக உள்ளே எட்டிப் பார்த்தான்.

லேபாரட்ரியின் ஒருபக்க போர்ஷன் மெல்லிய வெளிச்சத்தில் தெரிந்தது.

'உமையாள் லேபாரட்ரிக்குள்தான் இருக்கிறாள்...!'

முத்தையா தீர்மானித்துக் கொண்டவனாய் மெள்ள நடந்து போய் பக்கவாட்டில் இருந்த ஒரு அறையின் கதவை மெள்ள தள்ளிப் பார்த்தான்.

இறுகச் சாத்தியிருந்தது.

யோசித்தபடியே சில விநாடிகள் காத்திருந்தபோது, லேபாரட்ரிக்கு உள்ளே, ஒரு கதவு திறக்கப்படும் சத்தம் கேட்டது.

"ப்ளக்..."

முத்தையா சட்டென்று பின்வாங்கி திறந்து இருந்த ஜன்னல் வழியே மெள்ள எட்டிப் பார்த்தான்.

உமையாள் ஒரு ஃபைலைப் புரட்டியபடி தெரிந்தாள். கைகளுக்கு க்ளவுஸை மாட்டியிருந்தாள்.

'எப்படி உள்ளே போவது...?'

'கதவை லேசாய் பிறாண்டி அவளுடைய கவனத்தைக் கலைக்கலாமா?'

'இல்லை, வேறு ஏதாவது ஒரு பக்கம் கதவு திறந்து இருக்கிறதாவென்று பார்க்கலாமா?'

முத்தையா யோசித்துக் கொண்டிருக்கும்போதே உள்ளே டெலிபோன் ஒன்று வாயைத் திறந்து பங்களாவின் எல்லாப் பக்கமும் மண்டியிருந்த நிசப்தத்தை ஹதம் செய்தபடி கத்த ஆரம்பித்தது.

'போன் யாரிடமிருந்து...?'

முத்தையா தன் காதுகளுக்கு உன்னிப்பைக் கொடுத்து ஆர்வமானான்.

உமையாள் ஃபைலோடு நடந்து போய் ரிஸீவரை எடுத்து காதுக்குக் கொடுத்து "ஹலோ" என்றாள்.

"....."

"ஓ...! அஸ்வினிராஜ் நீயா...? உன்னோட போன் காலைத்தான் சாயந்தரத்திலிருந்து எதிர்பார்த்துட்டிருக்கேன்..."

"....."

"அவரை மீட் பண்ணினியா...? குட்... என்ன சொன்னார்...?"

"....."

"அப்படியா...? அவர் சந்தேகப்படும்படியா எதுவும் இல்லை. டைனமைட் காப்ஸ்யூல்ஸ் ஃபார்முலா ரெடியா இருக்கு. இப்பகூட ஃபார்முலா சம்பந்தப்பட்ட அந்த ஃபைலைதான் பார்த்துட்டு இருக்கேன்..."

"....."

"நாளைக்குக் காலையில அவரை மறுபடியும் மீட் பண்றியா...? சரி...! மீட் பண்ணிட்டு அவரோட ரிப்ளை என்னன்னு எனக்கு உடனடியா போன் பண்ணு..."

"....."

"ஓகே... குட்நைட்..." உமையாள் ரிஸீவரை வைத்துவிட்டு மெள்ள நடக்க,

முத்தையாவின் உடம்பு செல்கள் முழுவதும் கத்திகளை உருவிக்கொண்டு சிலிர்த்தன.

‘உமையாளின் கையில் இப்போது இருப்பது ஃபார்முலா ஃபைல்...!’

‘இவளை விடக்கூடாது!’

‘இந்த நிமிஷமே வீழ்த்த வேண்டும்...!’

இடதுபக்கமாய் போய் அங்கே சாத்தப்பட்டிருந்த கதவைத் தள்ளிப் பார்த்தான். சாத்தியிருந்தது.

இன்னும் கொஞ்சம் நடந்து போய் மூடியிருந்த வேறு ஒரு கதவைத் தள்ள கை வைத்தான்.

திறந்து கொண்டது.

‘கடவுளே! உனக்கு நன்றி!’

முத்தையா சத்தம் காட்டாமல் உள்ளே நுழைந்து மெல்லிய வெளிச்சத்தில் தெரிந்த, லேபாரட்ரியை நோக்கிப் போனான்.

உமையாள் இப்போது கண்ணாடி தடுப்புக்கு அப்பால் ஒரு நிழல் உருவம் மாதிரி தெரிந்தாள்.

அவளையே பார்த்துக் கொண்டு மெதுவாய் நடந்தான் முத்தையா.

இருபதடி தூரம் நடந்திருப்பான்.

கீழே, தரையில் வைக்கப்பட்டிருந்த ஏதோ ஒரு பொருள் காலை இடறிவிட,

“த்தட்.... தட்டீர்...”

சத்தம் கேட்டு உமையாள் சட்டென்று திரும்பிப் பார்த்து கண்ணாடித் தடுப்பை திறந்துகொண்டு வெளிப்பட்டாள்.

“யாரது...?”

முத்தையா ஒளிய முயன்று முடியாமல், சுவர்க்கு சாய்ந்து கொண்டு அப்படியே நிற்க,

உமையாள் ஆச்சர்யப்பட்டாள்.

“முத்தையா நீயா...?”

முத்தையா என்ன பேசுவது என்று புரியாமல் நிற்க, உமையாள் அவனை நெருங்கி நின்றபடி கேட்டாள்.

"நீ உள்ளே எப்படி வந்தே...? முன்பக்கக் கதவை நான் உள்பக்கமா லாக் பண்ணியிருக்கேனே...?"

"....."

"என்ன பேசாமே நிக்கறே...? உன்னோட பார்வையே சரியில்லையே...?"

இனிமேலும் பேசாமல் நிற்பது சரியில்லை என்கிற எண்ணத்தில் முத்தையா மெள்ள புன்னகைத்தான்.

"அம்மா...! இப்ப நீங்க கையில வெச்சிருக்கீங்களே ஒரு ஃபைல், அது எனக்கு வேணும்..."

உமையாளின் கண்கள் விரிந்து நெற்றி மேலேறியது.

"இந்த ஃபைல் உனக்கு வேணுமா... எதுக்கு?"

"எதுக்கு, ஏன்... இந்த கேள்வியெல்லாம் வேண்டாம். ஃபைலை தர்றீங்களா...?"

"என்ன பேச்செல்லாம் ஒரு மாதிரியிருக்கு..."

முத்தையா ஒரு கோணல் சிரிப்பு சிரித்து, "பேச்சு மட்டும் இல்லேம்மா... நானே ஒரு மாதிரியானவன்தான். ஃபைலைத் தர்றீங்களா...?"

"முத்தையா... நீ பணத்துக்காக யார்கிட்டயோ விலைக்குபோயிட்டதா நினைக்கிறேன். மரியாதையா வெளியே போயிடு. போலீஸுக்கு போன் பண்ணினா உன்னோட நிலைமை என்னாகும்ன்னு கொஞ்சம் யோசிச்சு பாரு..."

"யோசிச்சு பார்க்கவெல்லாம் இப்போ அவகாசம் இல்லேம்மா..." முத்தையா சொல்லிக் கொண்டே தன் பாண்ட் பாக்கெட்டுக்குள் பத்திரப்படுத்தி வைத்திருந்த நான்கடி நீள தடிமனான நைலான் கயிற்றை எடுத்தான்.

உமையாள் ஆபத்தை உணர்ந்து விலகி ஓடுவதற்கு முன்பாக முத்தையா அவள்மேல் பாய்ந்தான். கழுத்துக்கு சட்டென்று நைலான் கயிற்றைக் கொடுத்து இறுக்க ஆரம்பித்தான்.

17

ஹம்சினியும் காமேஷும் ஒருத்தரையொருத்தர் திகிலாய்ப் பார்த்துக் கொண்டார்கள்.

“ஏதோ சத்தம் கேட்கலை...?”

“ஆமா... வீட்டுக்கு பின்பக்கம் யாரோ நடக்கிற மாதிரி சத்தம்...”

“இருங்க...! நான் போய் பார்த்துட்டு வர்றேன்.”

காமேஷ் எழுந்தான்.

“நீ இரு... நான் போய் பார்த்துட்டு வர்றேன்.”

“வேண்டாங்க... இந்த வீட்டோட பின்பக்க அமைப்பு உங்களுக்குத் தெரியாது. நான் பார்த்துட்டு வர்றேன்.”

ஹம்சினி மெள்ள நடந்து போய், வீட்டின் பின்புறக் கதவின் தாழ்ப்பாளை விலக்கி வெளியே எட்டிப் பார்த்தாள்.

இருட்டில் வாழை மரங்கள் காற்றுக்கு அசைவது தெரிந்தது.

சுவிட்ச்சைத் தட்டினாள்.

வீட்டின் பின்பக்க சுவரில் அப்பியிருந்த ஒரு நாற்பது வாட்ஸ் பல்ப் வெளிச்சத்தை தெளித்தது.

பார்வையை உன்னிப்பாக்கி சுற்றும் முற்றும் பார்த்தாள்.

யாரும் புலப்படவில்லை.

காம்பௌண்ட் சுவர் வரைக்கும் போய்விட்டு மறுபடியும் வீட்டுக்குள் திரும்பினாள். காமேஷ் கேட்டான்.

"யாரது ஹம்சினி...?"

"யாரையும் காணோம்..."

"நல்லாப் பார்த்தியா...?"

"ம்... பார்த்தேன். பின்னாடி பக்கம் ஒளியறதுக்கு இடமே இல்லை."

"சத்தம் கேட்டதே...?"

"பிரமையாவும் இருந்து இருக்கலாம்."

"ரெண்டு பேர்க்கும் சத்தம் கேட்டதே. எப்படி பிரமையாய் இருக்க முடியும்...?"

"சரி... காமேஷ், நீங்க புறப்படுங்க. இனியும் நீங்க இங்கே இருக்க வேண்டாம்..."

"நீ ரொம்பவும் பயப்படறே..."

"பயப்படாமே இருக்க முடியுமா...? இப்படியொரு நிழல் காரியத்துல நான் ஈடுபட்டிருக்கிறது என்னோட கணவர்க்கு தெரிஞ்சா என்னோட நிலைமை என்னாறது...?"

"இட்ஸ் ஆல் ரைட்.... நான் கிளம்பறேன். அடுத்த ரெண்டு நாளைக்குள்ளே நம்ம தலைவர்க்கு ஒரு உருப்படியான உபயோகமான தகவலைக் கொடுத்தாகணும். நீதான் அதுக்கு ஏதாவது முயற்சி பண்ணணும்..."

"நான் என்ன முயற்சி பண்ணாமலா இருக்கேன் காமேஷ்...? எதுவும் சரியா 'க்ளிக்' ஆகாம மக்கர் பண்ணினா நான் என்ன செய்யமுடியும்...?"

"நாளைக்கு போன்ல காண்டாக்ட் பண்றேன். போன் அதுக்குள்ளே சரியாயிடுமா...?"

"கம்ப்ளைய்ண்ட் குடுத்து இருக்கேன். நாளைக்கு காலையில் சரி பண்ணிடுவாங்க..."

ஹம்சினி சொல்லிக் கொண்டிருக்கும் போதே முன்பக்க வாசல் கதவு தட்டப்பட்டது.

“டொக்... டொக்...”

ஹம்சினியும் காமேஷும் உறைந்த பார்வைகளோடு கதவைப் பார்த்தார்கள்.

‘கதவைத் தட்டுவது யார்...?’

18

முத்தையா நைலான் கயிற்றை மூர்க்கமாய் உமையாள் கழுத்துக்கு சுருக்காக போட்டு இழுக்க,

இரண்டே நிமிஷம்!

உமையாள் உயிரைக் காத்துக்கொள்ள போராடி தோற்றுவிட்டு லேசாய் விழிகள் பிதுங்கி தலையைச் சாய்த்தாள். கடைவாயோரம் மெலிதாய் ஒரு ரத்த நூல்.

முத்தையா அவளை ஒரு குழந்தை போல் கீழே கிடத்திவிட்டு வியர்வை முகமாய் எழுந்தான். இவ்வளவு சீக்கிரத்தில் காரியம் முடிந்துவிட்ட ஒரு குரூர திருப்தியோடு டெலிபோனை நோக்கிப்போய் ரிஸீவரை எடுத்தான்.

டயலில் எண்களைத் தட்டிவிட்டு காத்திருக்க, மறுமுனையில் வைரவனின் குரல் கேட்டது.

"யாரு...?"

"அய்யா... நான் முத்தையா பேசறேன்..."

"என்ன...?"

"காரியத்தை முடிச்சுட்டேன்..."

"ஒண்ணும் பிரச்னை இல்லையே...?"

"இல்லை... நான் எதிர்பார்த்ததைக் காட்டிலும் ரொம்பவும் சுலபத்துல முடிஞ்சுது அய்யா..."

"சரி... பாடி...?"

“இனிமேதான் டிஸ்போஸ் பண்ணணும். ரசாயன மருந்துகளை பூமிக்குள்ள போட்டு புதைக்கிறதுக்காக பங்களாவுக்கு பின்பக்கமா ஒரு குழி இருக்கு. பாடியை அதுக்குள்ளே போட்டு மண்ணைத் தள்ளி மூடிட்டா விஷயம் என்னிக்குமே வெளியே வராது.”

“பார்த்து! கவனம்!”

“எல்லாம் சரியா போயிட்டிருக்கய்யா... நீங்க எதுக்குமே கவலைப்படாதீங்க...”

“ஃபார்முலா ஃபைல் என்னாச்சு...?”

“கைவசம் இருக்குங்கய்யா... நாளைக்குக் காலையில நானே கொண்டு வந்து தர்றேன்.”

“நாளைக்குக் காலையில வரைக்கும் காத்துட்டு இருக்கணுமா என்ன...? இன்னும் ஒரு மணிநேரத்துல நானும் கிரணும் அங்கே வர்றோம். ஃபைலை எங்க கையில குடுத்துடு. உன் கையில அது இருக்க வேண்டாம்...”

“சரிங்கய்யா...”

“இப்ப மணி ஒன்பதரை... நீ பாடியை டிஸ்போஸ் பண்ண எவ்வளவு நேரமாகும்...?”

“எப்படியும் அரைமணி நேரமாயிரும்ங்கய்யா. நீங்க ஒரு பத்தரை மணி சுமார்க்கு வாங்க. ஃபைலை வாங்கிட்டு போயிடலாம்...”

“பாடியை நீட்டா டிஸ்போஸ் பண்ணு. அது குப்பைக் குழிக்குள்ளே போயிட்ட விஷயம் எந்த ஜென்மத்துக்கும் வெளியே வரக்கூடாது.”

“அய்யா! இந்த முத்தையா ஒரு காரியத்துல இறங்கினா அது கச்சிதமா இருக்கும்.”

“சரி... பத்தரை மணிக்கு வர்றோம்.”

“வாங்கய்யா...”

முத்தையா ரிஸீவரை வைத்துவிட்டு கீழே விழுந்து கிடந்த உமையாளை தூக்கிக் கொண்டு பங்களாவின் பின்பக்கத்தை நோக்கிப் போனான்.

இருட்டில் எதன்மீதும் இடித்துக் கொள்ளாமல் நடந்து, கதவைத் திறந்து வெளிப்பட்டான்.

செடி கொடிகள் அசையும் காம்பௌண்ட் சுவர் ஓரமாய் ரசாயன கழிவுகளைப் போடும் ஒரு பெரிய குழி ஆறடி ஆழத்தில் தன் கறுப்பு வாயைத் திறந்தபடி காத்திருந்தது..

உமையாளின் உடலை மூச்சைப் பிடித்து தூக்கிக் கொண்டு போய் குழிக்குள் எறிந்தான் முத்தையா.

“த்தொம்ம்ம்...”

உடல் உள்ளே போய் பெரிய சத்தத்தோடு விழுந்தது.

கார்டனில் டூல்ஸ் இருந்த அறைக்கு போய் ஒரு மண்வெட்டியைக் கொண்டு வந்து குழிக்குமேலே இருந்த மண்ணைத் தள்ளி மூடினான்.

உடல் மறைந்தது. மண் மூடியது.

மறுபடியும் பங்களாவுக்குள்ளே போய் அறைக்குள் விழுந்து கிடந்த ஃபார்முலா ஃபைலை எடுத்துக் கொண்டு பின்பக்கக் கதவை உட்பக்கமாய் சாத்தி தாழிட்டுவிட்டு வெண்டிலேட்டர் வழியாக வெளியே வந்தான்.

கையில் ஃபைல் கனத்தது. இருதயம் மகிழ்ச்சியில் கனத்தது.

சென்ட்ரி கூண்டுக்குள் நுழைந்து, அங்கே இருந்த ட்ரங்க் பெட்டியில் ஃபைலை பத்திரமாய் வைத்து பூட்டினான்.

டைம்பீஸில் நேரம் பார்த்தான்.

மணி 10.15.

19

ஹம்சினி கலவரமாய் காமேஷைப் பார்த்தாள்.

"காமேஷ் நீங்க உள்ளே போய் சமையல்கட்டில் இருக்கிற ஸ்டோர் ரூமுக்குள்ளே ஒளிஞ்சுக்குங்க. நான் போய் கதவைத் தட்டறது யார்ன்னு பார்த்து பேசி அனுப்பிட்டு வர்றேன்."

காமேஷ் கலக்கமாய் தலையசைத்துவிட்டு சமையலறை இருந்த பக்கமாய் போக, ஹம்சினி கதவை நோக்கி தயக்கமாய் போனாள்.

'கதவைத் தட்டுவது யார்...?' பதட்டமாய் யோசித்துக் கொண்டே போய் ஜன்னல் வழியே வாசலை எட்டிப் பார்த்தாள்.

வாசல் இருட்டில் உயரமாய் யாரோ நின்றிருந்தார்கள்.

குரல் கொடுத்தாள்.

"யாரது...?"

"ஹம்சினி நீங்கதானே...?"

"ஆமா..."

"உங்களுக்கு டெலிகிராம்..."

டெலிக்ராப் ஆள்.

ஹம்சினிக்கு மூச்சு நிம்மதியாய் வந்தது.

வேகமாய் போய்க் கதவைத் திறந்தாள்.

வாசற்படியில் நின்றிருந்த ஆள் இப்போது கைகளைக் கட்டிக்கொண்டு மௌனமாய் நிற்க, ஹம்சினி அந்த ஆளை வியப்பாய் பார்த்தாள்.

"டெலிக்ராமை குடுங்க..."

அந்த ஆள் புன்னகைத்தான்.

"ஸாரி மிஸஸ் ஹம்சினி! நான் டெலிக்ராப் ஆள் கிடையாது. நான் போலீஸ் டிபார்ட்மெண்ட்டில் க்யூ ப்ராஞ்ச். பேர் ராம்பிரசாத். ஸீ... மை ஐடென்டிட்டி கார்ட்..."

கார்டை எடுத்துக் காட்டினான். ஹம்சினி வாங்கிப் பார்த்துவிட்டு இயல்பான குரலில் கேட்டாள்.

"சரி... உங்களுக்கு இப்போ என்ன வேணும்...?"

அந்த ராம்பிரசாத் புன்னகைத்தான்.

"உள்ளே போய் உட்கார்ந்து பேசலாமா...?"

"வா... வாங்க..."

ஹம்சினி உள்ளே போக, அவன் பின்தொடர்ந்தான். காட்டிய சோபாவில் உட்கார்ந்தான்.

சில விநாடிகள் மௌனம் நிலவ, அந்த மௌனத்தைக் கலைத்துக் கொண்டு ராம்பிரசாத் கேட்டான்.

"வீட்ல வேற யாராவது இருக்காங்களா?"

"இல்லை..."

"உங்க கணவர்...?"

"அவர் வெளியூர் போயிருக்கார்."

"எந்த ஊர்க்கு?"

"டெல்லிக்கு..."

"என்ன விஷயமாய்...?"

"அஃபிஷியல்..."

"எப்போ திரும்புவார்...?"

ஹம்சினி கோபமானாள். "எதுக்காக என்னோட கணவரைப் பற்றியே என்கொயர் பண்ணிட்டிருக்கீங்க...?"

"சரி! அவரைப்பத்தி இனி நான் என்கொயர் பண்ணலை. உங்களை என்கொயர் பண்ணலாம் இல்லையா?"

"என்கிட்ட என்கொய்ரியா...?"

"எஸ்..."

"ஃபார் வாட்...?"

"உங்க கணவர் அஸ்வினிராஜை நான் பலதடவை பார்த்திருக்கேன். ஆள் சினிமா ஹீரோ மாதிரி அழகா இருப்பார். ஒரு நல்ல வேலையிலும் இருக்கார்... இல்லையா?"

"ஆமா..."

"உங்கமேல அவர் பிரியமாத்தானே இருக்கார்?"

"ஆமா..."

"பின்னே ஏன் அவர்க்கு துரோகம் பண்றீங்க...?"

"துரோகமா...?"

"எஸ்...! காமேஷ்கூட நீங்க தொடர்பு வெச்சிருக்கிறது எனக்கு நல்லாவே தெரியும்."

ஹம்சினி அதிர்ந்த தினுசில் ராம்பிரசாத்தைப் பார்க்க, அவன் புன்னகைத்தான்.

"மிஸஸ் ஹம்சினி! நீங்க பர்தாவை போட்டுக்கிட்டு, காமேஷோட ரெஸ்டாரெண்ட்டுக்கு போனது எனக்குத் தெரியும். நீங்க ரெண்டு பேரும் அந்த ரெஸ்டாரெண்ட்டுக்குள் இருந்த சமயம் ஒரு நபர் சயனைட் விஷத்தாலே கொலை செய்யப்பட்டதும் எனக்குத் தெரியும்..."

ஹம்சினி ஒன்றும் பேசாமல் மௌனமாய் நிற்க, ராம்பிரசாத் தொடர்ந்தான்.

"நான் ஒரு க்யூ ப்ராஞ்ச் ஆசாமி. தீவிரவாதிகளை கண்காணிக்கிறதுக்காக டிபார்ட்மெண்டல் ஸ்டோர்ஸின்

ஐந்தாவது மாடியில் நின்னு பைனாகுலர் வழியாக பார்த்துட்டிருக்கும் போதுதான், ஸ்டோர்ஸின் வாசலில் காத்திட்டிருந்த காமேஷ் என் பார்வையில் பட்டான். அப்ஸர்வ் பண்ண ஆரம்பிச்சேன். பர்தா போட்டுகிட்டு ஒரு பெண் - அதாவது நீங்க - வந்து பேசவும் நான் உஷாரானேன். மாடியிலிருந்து இறங்கி வந்து உங்க ரெண்டு பேரையும் ஃபாலோ பண்ண ஆரம்பிச்சேன். நீங்க ரெண்டு பேரும் ரெஸ்டாரெண்ட் போனீங்க. கொஞ்சநேரம் கழிச்சு நீங்க மட்டும் ரெஸ்டாரெண்ட்டை விட்டு வெளியே வந்தீங்க. என்னோட அஸிஸ்டண்ட் ஒருத்தனை விட்டு உங்களை ஃபாலோ பண்ணச் சொல்லிட்டு, நான் காமேஷை ஃபாலோ பண்ணினேன். கடந்த ரெண்டு நாளா உங்க ரெண்டு பேரையும் கண்காணிக்கறதுதான் என்னோட வேலை. கொஞ்ச நேரத்துக்கு முந்தி உங்க வீட்டுக்கு பின்பக்கம் கேட்ட நடைச்சத்தத்துக்கு நான்தான் காரணம். காமேஷ் வீட்டைவிட்டு வெளியே போயிருக்க முடியாது. வீட்டுக்குள்ளே எங்கேயாவது ஒளிஞ்சுகிட்டு இருந்தா வெளியே வந்துடறது பெட்டர்...”

ஹம்சினி இப்போது பயத்தை தள்ளி வைத்துவிட்டு மார்புக்கு குறுக்காய் கைகளை அலட்சியமாய் கட்டிக்கொண்டு மெல்லிய குரலில் சொன்னாள்.

“காமேஷ் இப்போ இந்த வீட்டுக்குள்ளேதான் இருக்கார். பட் நீங்க நினைக்கிற மாதிரி நாங்க இல்லீகல் டச் வெச்சுக்கலை... வீ ஆர் ஃப்ரண்ட்ஸ்...”

ராம்பிரசாத் சிரித்தான்.

“என்னது... நீங்க ரெண்டு பேரும் ஃப்ரண்ட்ஸா...! கையும் களவுமா மாட்டிகிட்ட பின்னாடி இப்படியெல்லாம் கதைவிடக்கூடாது... உங்க ரெண்டு பேர்க்கும் இல்லீகல் டச் இருக்கோ இல்லையோ அதைப்பத்தின கவலையெல்லாம் எனக்கு வேண்டியது இல்லை. இப்போ நான் உங்களை விசாரிக்க வந்தது பவுல்ராஜ் மரணம் சம்பந்தமா...! என்ன

அப்படி பார்க்கறீங்க? பவுல்ராஜ் யார்ன்னு தெரியலையா... ரெஸ்டாரெண்ட்ல சயனைட் விஷத்தால செத்துப் போனானே... அவன்தான். அவன் ஒரு க்ரிமினல். அவன் மரணத்துக்கும் உங்களுக்கும் என்ன சம்பந்தம்ன்னு தெரிஞ்சுக்கத்தான் இப்ப நான் வந்திருக்கேன். நீங்க பொய் சொல்லி தப்பிக்க முடியாது..."

ராம்பிரசாத் பேசிக் கொண்டிருக்கும் போதே காமேஷ் சமையலறையிலிருந்து மெள்ள வெளிப்பட்டான்.

"வாங்க காமேஷ்...! இப்படியொரு இக்கட்டான சந்தர்ப்பம் வரும்ன்னு நீங்க நினைச்சுகூட பார்த்து இருக்க முடியாது... இல்லையா...?"

இப்போது காமேஷ் புன்னகைத்தான்.

"பேச வேண்டியதையெல்லாம் பேசி முடிச்சிட்டீங்களா... இல்லை இன்னும் ஏதாவது பாக்கியிருக்கா மிஸ்டர் ராம்பிரசாத்...?"

"இப்போதைக்கு இவ்வளவுதான்! நீங்க என்ன பதில் சொல்லப் போறீங்கங்கிறதை வெச்சுத்தான் மேற்கொண்டு பேசுவேன்..."

"நீங்க போலீஸ் டிபார்ட்மெண்ட்ல ஒரு க்யூ ப்ராஞ்ச் ஆபீஸர் இல்லையா...?"

"ஆமா..."

"ஒரு க்யூ ப்ராஞ்ச் ஆபீஸர் அவசர அவசரமா ஒரு தப்புக் கணக்கைப் போட்டுட்டு இப்படி எங்க விஷயத்துல மூக்கை நுழைச்சிருக்க வேண்டாம்..."

"என்ன சொல்றீங்க...?"

"மிஸ்டர் ராம்பிரசாத்...! நீங்க ஒரு க்யூ ப்ராஞ்ச் ஆபீஸரா போலீஸ் டிபார்ட்மெண்ட்ல ஒர்க் பண்றீங்க. நான் சென்ட்ரல் கவர்ன்மெண்ட் விங்க் நேஷனல் செக்யூரிடி ஃபோர்ஸில் ஷேடோ ஆபீஸரா வொர்க் பண்றேன்..."

ராம்பிரசாத் முகம் மாறினான்.

"நீங்க என்.எஸ்.எஃப்ப்பில் ஷேடோ ஆபீஸரா...?"

"எஸ்...! இதோ என்னோட ஐ.டி கார்டு."

காமேஷ் நீட்டிய கார்டை வாங்கிப் பார்த்த ராம்பிரசாத் உடம்பை ஒரு விறைப்புக்குக் கொண்டு வந்து சல்யூட் வைத்தான்.

"ஸாரி ஸார்..."

"மிஸ்டர் ராம்பிரசாத்! ஹம்சினியும் நானும் காலேஜ் மேட்ஸ். காலேஜ் டேஸிலிருந்தே நல்ல நண்பர்களா பழகிட்டு வர்றோம். ஹம்சினியின் கணவர் அஸ்வினிராஜ் உமையாள் என்கிற ஒரு கெமிஸ்ட் ரிசர்ச்சர்கிட்டே வேலை பார்த்துட்டு வர்றார். ரெண்டு மாசத்துக்கு முன்னாடி எங்களுடைய என்.எஸ்.எஃப். அலுவலகத்துக்கு ஒரு லெட்டர் வந்தது. அந்த லெட்டரில் உமையாள் சில சட்டவிரோதமான ரசாயன மருந்துகளை தயார் பண்ணி கள்ளக்கடத்தல் மூலமாக வெளிநாடுகளுக்கு அனுப்பறதா குறிப்பிட்டு எழுதியிருந்தாங்க. அந்த லெட்டர்ல எழுதியிருந்தது உண்மையா பொய்யான்னு கண்டுபிடிக்கிறதுக்காக என்னை அப்பாய்ண்ட் பண்ணினாங்க. நான் உமையாள் பத்தின விஷயங்களை சேகரம் பண்ணும்போதுதான் ஹம்சினியோட கணவர் அஸ்வினிராஜ் உமையாள்கிட்ட வேலை பார்க்கிற விஷயம் தெரிஞ்சுது. ஹம்சினியை நான் தனியா மீட் பண்ணி விஷயத்தைச் சொன்னேன்... இந்த விஷயத்துல நாட்டோட பாதுகாப்பு அடங்கியிருக்கிறதுனால தன்னோட கணவர்க்குக்கூட தெரியாமே உதவி பண்றதா ஹம்சினி சொன்னாங்க... அது விஷயமாத்தான் நானும் ஹம்சினியும் அடிக்கடி பார்த்து பேசிக்குவோம். இந்த சமயத்துலதான் எங்களை ஒருத்தன் ஃபாலோ பண்ண ஆரம்பிச்சான். ரெஸ்டாரெண்ட்டுக்கு வந்ததும் அவன்தான். அவன் யார்ன்னு இப்ப நீங்க சொல்லித்தான் தெரியும்... அவன்

எப்படி செத்தான்...? செத்ததுக்கு யார் காரணம்...? இது மாதிரியான கேள்விகளுக்கும் எங்களுக்கு விடை தெரியாது. அஸ்வினிராஜ் இப்போ உமையாளோட இன்ஸ்ட்ரக்ஷன் படி டெல்லி போயிருக்கார். அவர் என்ன காரணத்துக்காக டெல்லி போயிருக்கார்ன்னு தெரிஞ்சுக்கற ஆர்வம் காரணமாத்தான் ஹம்சினியோட வீட்டுக்கு வந்தேன்..."

காமேஷ் சொல்லச் சொல்ல, ராம்பிரசாத் இடது கையின் ஆட்காட்டி விரலால் நெற்றியைத் தேய்த்துக் கொண்டே மெல்லிய குரலில் சொன்னான்.

"ஸாரி ஸார்..."

"இட்ஸ் ஓகே...! உங்க கண்ணோட்டத்துல நீங்க பார்த்தீங்க. இதுல ஸாரி சொல்ல ஒண்ணுமில்லை..."

ஹம்சினி புன்னகைத்தாள். "மிஸ்டர் ராம்பிரசாத்...! உமையாள் நல்லவங்களா கெட்டவங்களான்னு எனக்குத் தெரியாது. ஆனா காமேஷ் என்னை காண்டாக்ட் பண்ணி பேசும்போது நாட்டோட பாதுகாப்பு விஷயமும் அதுல அடங்கியிருந்ததால என்னோட குடும்ப வாழ்க்கையையும் பணயம் வெச்சு காமேஷ்க்கு உதவி பண்ணினேன். என் கணவர்க்குக்கூட இந்த நிமிஷம் வரைக்கும் விஷயம் தெரியாது."

"ஐயாம் எக்ஸ்ட்ரீம்லீ ஸாரி...! நீங்க ரெண்டு பேரும் ஒரு மகத்தான பணியில் ஈடுபட்டிருக்கிற விஷயத்தை புரிஞ்சுக்காமே மூக்கை உள்ளே நீட்டிட்டேன். உமையாள் விஷயத்தில் ஏதாவது உண்மை தெரிஞ்சதா...?"

"இன்னும் இல்லை... அஸ்வினிராஜ் என்ன விஷயமாய் டெல்லி போயிருக்கார்ன்னு தெரியலை. ஹம்சினியோட குடும்ப வாழ்க்கைக்கு எந்தவிதமான பாதிப்பும் ஏற்பட்டுடாமே விவகாரத்தை மூவ் பண்ண வேண்டியிருக்கு..."

ராம்பிரசாத் சிரித்தான். "கவலைப்படாதீங்க...! இனிமே உமையாள் விவகாரத்தை நாம மூணு பேரும் சேர்ந்தே டீல்

பண்ணுவோம். உண்மைகளையும் கண்டுபிடிப்போம். உமையாள் நாட்டு நலனுக்கு பாதகமான விஷயங்களில் ஈடுபட்டிருந்தா அவங்களை முறைப்படி தோலுரிச்சு காட்டுவோம்...”

ஹம்சினி கேட்டாள்.

“அந்த பவுல்ராஜ் எதுக்காக எங்களை ஃபாலோ பண்ணினான்னு தெரியலை. அவன் யார்விட்ட அம்பு...? அதை மொதல்ல கண்டுபிடிக்கணும்...”

20

நேரம் சரியாய் 10.45.

எல்லா விளக்குகளையும் அணைத்துவிட்டு காம்பௌண்ட் கேட் அருகே முத்தையா காத்திருந்தான்.

கார் ஹாரனின் சத்தத்தோடு ஹெட்லைட்களின் வெளிச்சம் உற்பத்தியாயிற்று.

முத்தையா கேட்டைத் திறந்து கொண்டு வெளியே போக, கார் வந்து நின்றது.

கிரண் ட்ரைவிங் சீட்டில் இருக்க, வைரவன் பின்சீட்டிலிருந்து எட்டிப் பார்த்தார்.

"முத்தையா..."

"அய்யா...!"

"என்ன உமையாளோட பாடியை டிஸ்போஸ் பண்ணிட்டியா?"

"பண்ணிட்டேன்யா..."

"எந்தப் பிரச்னையும் இல்லையே...?"

"இல்லீங்கய்யா..."

"சரி... அந்த ஃபார்முலா ஃபைல் எங்கே...?"

"பெட்டிக்குள்ளே பத்திரமா வெச்சிருக்கேன்யா..."

"சீக்கிரமா... போய்க் கொண்டா..."

முத்தையா ஓடிப்போய் செக்யூரிடி கூண்டுக்குள் புகுந்து ட்ரங்க் பெட்டியைத் திறந்தான்.

முகம் ஒரு பெரிய மாறுதலுக்கு உட்பட்டு வெளிறிப் போயிற்று.

பெட்டிக்குள் வைத்திருந்த ஃபார்முலா ஃபைலை காணவில்லை.

பெட்டி பூராவும் பரபரவென்று தேடிப் பார்த்துவிட்டு ஃபைல் கிடைக்காமல் போகவே வியர்த்து கலவரமாகிப்போன முகத்தோடு வைரவனிடம் வேகவேகமாய் வந்தான்.

"அய்யா..."

"என்ன வெறும் கையோடு வர்றே? ஃபார்முலா ஃபைல் எங்கே...?"

"அ... அய்யா அது... வந்து... வந்து..."

"என்ன...?"

"ஃபைலைக் காணோம்..."

"என்னது! ஃபைலைக் காணோமா...? என்ன முத்தையா உளர்றே...?"

"அய்யா...! அந்த அம்மாவைத் தீர்த்துக்கட்டி டிஸ்போஸ் பண்ணின கையோடு ஃபார்முலா ஃபைலைக் கொண்டுவந்து பத்திரமா பெட்டிக்குள்ளே வெச்சேன்... இப்ப பெட்டியைப் போய் திறந்து பார்த்தா ஃபைலைக் காணோம்..."

"நல்லா பார்த்தியா...?"

"பெட்டியையே கவுத்துப் பார்த்துட்டேன்யா..."

"உன்னைப் பார்க்க யாராவது வந்தாங்களா...?"

"யாருமே வரல்லீங்கய்யா..."

"யாருமே இங்கே வரலைன்னா பெட்டியில வெச்சிருந்த ஃபைல் எப்படி காணாமே போயிருக்கும்...?"

"எனக்கு ஒண்ணுமே புரியல்லீங்கய்யா..."

"எந்த பெட்டியில் வெச்சிருந்தே... வந்து காட்டு பார்க்கலாம்..."

வைரவனும், கிரணும் காரிலிருந்து கீழே இறங்கினார்கள்.

பெட்டி இருக்கும் இடத்துக்கு கூட்டிக்கொண்டு போனான் முத்தையா.

"இந்தப் பெட்டிக்குள்ளேதாங்கய்யா வெச்சேன்."

கிரண் பெட்டியைக் கலைத்துப் பார்த்தான்.

முத்தைய்யாவின் இரண்டு செட் யூனிஃபார்ம், ஒரு கைத்தடி, டார்ச்லைட், நான்கைந்து பழைய வார இதழ்கள்.

அவ்வளவுதான்.

ஃபார்முலா ஃபைலைக் காணோம்.

"முத்தையா! நல்லா யோசனை பண்ணிப் பாரு. ஃபைலை இந்த பெட்டிக்குள்ளதான் வெச்சியா... இல்ல வேற ஏதாவது ஒரு இடத்துல பத்திரமா இருக்கட்டும்ன்னு வெச்சியா?"

"இந்த பெட்டிக்குள்ளதாங்கய்யா வெச்சேன்."

"பெட்டிக்குள்ளே வெச்சா எப்படி காணாமே போகும்...?"

"அதான்ங்கய்யா புரியலை..."

வைரவனும் கிரணும் சந்தேகப் பார்வை பார்த்தார்கள்.

21

டெல்லி.

காலை பதினோரு மணி.

பாதுகாப்புத்துறை அமைச்சர் அந்தரங்க காரியத்தரிசி ஆல்பர்ட், அஸ்வினிராஜின் கையைப் பிடித்துக் குலுக்கினார்.

“மிஸ்டர் அஸ்வினிராஜ்! நீங்களும் மேடம் உமையாளும் பாதுகாப்பு மந்திரியை வந்து சந்திக்க, அடுத்தவாரம் புதன்கிழமை காலை நேரம் பூராவும் ஒதுக்கப்பட்டு இருக்கிறது.”

“தேங்க்யூ ஸார்.”

“நன்றி சொல்ல வேண்டியது நாங்கள்தான். மேடம் உமையாள் கண்டுபிடித்து இருக்கிற ‘டைனமைட் காப்ஸ்யூல்’ இந்தியாவின் பாதுகாப்பு பணிக்கு வரப்பிரசாதமாக அமைந்த ஒன்று. இது மட்டும் வெற்றியடைந்தால் இந்தியாவின் ராணுவ பாதுகாப்பு பெரிய அளவில் பலப்படும்.”

“ஸார்...! மேடம் உமையாள் கண்டுபிடித்துள்ளது டைனமைட் ரசாயன விளைவுகளின் உச்சகட்டம். இது ஒன்று மட்டும் இல்லை. இன்னும் நிறைய ரசாயன அற்புதங்கள் அவர் கைவசம் உள்ளன. அதைப்பற்றியெல்லாம் பாதுகாப்பு அமைச்சரிடம் பேசவேண்டும் என்பது மேடம் உமையாளின் விருப்பம்.”

“கவலையே வேண்டாம். எல்லாவற்றையும் விரிவாகவே பேசிவிடலாம்... அடுத்த வாரம் புதன்கிழமை ஒரு காலை நேரம் முழுவதும் பாதுகாப்பு அமைச்சருடன் நீங்கள் பேசலாம்...”

“இந்த சந்தோஷமான விஷயத்தை நான் உடனடியாக மேடத்துக்கு போன் பண்ணி சொல்லவேண்டும். இந்த டெலிபோனை நான் உபயோகித்துக் கொள்ளலாமா?”

“தாராளமாக...”

டெலிபோனை நகர்த்தி வைத்தார் ஆல்பர்ட். அஸ்வினிராஜ் ரிஸீவரை எடுத்துக் கொண்டு டயலில் சென்னைக்குரிய எஸ்.டி.டி. கோட் எண்களையும், உமையாளின் டெலிபோன் எண்களையும் தட்டினான்.

மறுமுனையில் உடனே ரிங் போயிற்று.

போயிற்று.

போயிற்று.

போயிற்று.

போய்க்கொண்டேயிருந்தது.

நான்கைந்து தடவை முயற்சி செய்து பார்த்துவிட்டு ஏமாற்றத்தோடு ரிஸீவரைக் கவிழ்த்தான் அஸ்வினிராஜ்.

ஆல்பர்ட் கேட்டார்,

“ஏன் லைன் கிடைக்கவில்லையா?”

“லைன் கிடைத்து ரிங் போயிற்று. ஆனால் ரிஸீவர் எடுக்கப்படவில்லை.”

“மேடம் பங்களாவில் இல்லையோ என்னவோ?”

“அவர் வெளியே எங்கும் போகமாட்டாரே? அதுவுமில்லாமல் என்னுடைய டெலிபோனை எதிர்பார்த்து இந்த நேரத்துக்கு காத்துக் கொண்டிருப்பதாக சொன்னார்.”

“ஏதாவது அவசர வேலையாய் வெளியே போயிருக்கக்கூடும். நீங்கள் ஹோட்டலுக்கு சென்று

சிறிது நேரம் ஓய்வு எடுத்துக்கொண்டு பின் போன் செய்து பாருங்களேன்.”

“அப்படித்தான் செய்யவேண்டும்.”

“உங்களுக்கு சென்னை போக எத்தனை மணிக்கு விமானம்...?”

“இன்று மாலை நான்கு மணிக்கு.”

“அப்படியென்றால் இரவு எட்டு மணிக்கெல்லாம் மேடத்தைப் பார்த்து பேசிக் கொண்டிருப்பீர்கள்?”

“ஆமாம்...”

அஸ்வினிராஜ் எழுந்து ஆல்பர்ட்டின் கையைப் பிடித்து குலுக்கிவிட்டு வெளியே வந்தான்.

மனசுக்குள் இனம்புரியாத ஒரு வெப்பம் பரவியிருந்தது.

‘மேடம் என் போனுக்காக காத்துக் கொண்டிருக்காமல் வெளியே எங்கே போனார்கள்?’

‘அவர் வெளியே எதற்காகவும் போகக்கூடியவர் அல்லவே!’

22

அஸிஸ்டெண்ட் கமிஷனர் சீதாபதி தன் அறைக்குள் மெள்ள நடை போட்டவாறு எதிரே நின்றிருந்த வைரவனையும் கிரணையும் பார்த்தார்.

"அந்த ஃபார்முலா ஃபைல் காணாமே போனது சம்பந்தமா முத்தையாமேல நீங்க சந்தேகப்படறீங்களா வைரவன்?"

"ஆமா..."

"எதுக்காக அந்த சந்தேகம்?"

"அந்த முத்தையா ஒரு எக்ஸ் சர்வீஸ்மேன். ஃபைலை வேற யார்க்கோ ஒரு நல்ல விலைக்கு தாரை வார்த்துட்டு ஃபைலை காணோம்ன்னு நாடகமாடறான்னு நினைக்கிறேன்."

"யூ ஆர் ராங் மிஸ்டர் வைரவன்! முத்தையா அப்படிப்பட்டவன் கிடையாது. ஐ நோ ஹிம்..."

"அப்படீன்னா ஃபைல் எங்கே போயிருக்கும்?"

"வேற யாரோ இதுல மூக்கை நுழைச்சு ஸ்மெல் பண்ணி பெட்டிக்குள்ளே வெச்சிருந்த ஃபைலைத் தட்டிகிட்டு போயிருக்கணும்..."

"யாருமே வரலைன்னு சொல்றானே."

"சரி...! இப்போ ஒரு காரியம் பண்ணலாம்."

"என்ன...?"

“முத்தையா இப்போ எங்கே இருக்கான்?”

“உமையாள் பங்களாலதான்.”

“வாங்க போய் பார்க்கலாம்.”

கிரண் எரிச்சல்பட்டான்.

“அவனைப் போய்ப் பார்த்து என்ன பண்றது அங்கிள்? அவன்தான் தான் சொன்னதையே திருப்பித் திருப்பி சொல்லிட்டிருக்கானே?”

“அவனை நீங்க விசாரிக்கிறதுக்கும் நான் விசாரிக்கிறதுக்கும் நிறைய வித்தியாசம் இருக்கு... வாங்க தட்டிப் பார்க்கலாம். அவன் யார்க்காவது ஃபைலை வித்து இருந்தா நான் கேட்கிற கேள்விகள்ல அந்த உண்மையும் வெளியே வந்துடும்.”

“எனக்கு என்னமோ நம்பிக்கையில்லை ஏ.ஸி. ஸார். முத்தையா வேற எங்கேயோ பணத்தை வாங்கிகிட்டு நம்ம எல்லாரையும் ஏமாத்திட்டான்...”

“வாங்க போய் பார்க்கலாம்.”

சீதாபதி எழுந்தார்.

23

“டெல்லியிலிருந்து இப்பத்தான் வந்து சூட்கேஸை கீழே வெச்சீங்க. முகம் கழுவலை. ஒரு காப்பிகூட சாப்பிடலை. உடனே உங்க மேடத்தைப் பார்க்க கிளம்பறீங்களே... இது என்ன நியாயம்?”

ஹம்சினி இடுப்பில் இரண்டு கைகளையும் வைத்துக் கொண்டு அஸ்வினிராஜை கோபமாய்ப் பார்த்தாள்.

அஸ்வினிராஜ் வேறு பேண்ட் சர்ட்டுக்கு மாறிக்கொண்டே சொன்னான்.

“ஹம்சினி! புரியாமே பேசாதே...! டெல்லியில ஃப்ளைட் ஏர்றதுக்கு முந்தி மேடத்துக்கு எத்தனையோ தடவை போன் பண்ணிப் பார்த்துட்டேன். இங்கே மெட்ராஸ் ஏர்போர்ட்டுக்கு வந்ததுமே போன் பண்ணினேன். நோ ரெஸ்பான்ஸ். ரிங் போயிட்டே இருக்கு. மேடம் ரிஸீவரை எடுக்கவேயில்லை.”

“போன் அவுட் ஆஃப் ஆர்டராய் இருக்கலாமே...?”

“எக்ஸ்சேஞ்ச்ல அதையும் கேட்டுப் பார்த்துட்டேன். போன் ஃபங்க்ஷன்லதான் இருக்காம்...”

“மேடம் எங்கேயாவது வெளியே போயிருக்கலாம்.”

“அப்படி அவங்க போகக்கூடியவங்க இல்லை. நான் போய் மொதல்ல பங்களால என்ன பிரச்னைன்னு பார்த்துட்டு வர்றேன். பார்த்துட்டு வந்த பின்னாடிதான் குளியல், சாப்பாடு எல்லாமே...”

அஸ்வினிராஜ் சொல்லிக் கொண்டே வாசலில் நின்றிருந்த தன் ஸ்கூட்டரை உதைத்து உயிரூட்டிக்கொண்டு பறந்தான்.

இருபது நிமிடப் பயணம்.

உமையாளின் பங்களா வந்தது. வாட்ச்மேன் முத்தையா செக்யூரிடி கூண்டுக்குள் தெரிந்தான்.

அஸ்வினிராஜைப் பார்த்ததும் லேசாய் துணுக்குற்றுப் போய் வேகவேகமாய் ஓடிவந்து காம்பௌண்ட் கேட் கதவைத் திறந்துவிட்டான்.

அஸ்வினிராஜ் ஸ்கூட்டரை அவனருகே நிறுத்திக்கொண்டு கேட்டான்,

"அம்மா பங்களாவில இருக்காங்களா... இல்லை வெளியூர்க்கு போயிருக்காங்களா...?"

"பங்களாவுக்குள்ளேதான் இருக்காங்க."

"வெளியே எங்கேயும் போகலையா?"

"இல்லீங்களே... ரெண்டு நாளைக்கு முன்னாடி, நீங்க புறப்பட்டுப் போனதும் அம்மா என்னைக் கூப்பிட்டு 'ரெண்டு நாளைக்கு எனக்கு லேப்புக்குள்ளே ஒரு முக்கியமான வேலை இருக்கு. என்னைப் பார்க்க யாரையும் அனுமதிக்காதே'ன்னு சொல்லி பங்களாவுக்குள்ளே போனவங்கதான், இதுவரைக்கும் வெளியே வரலை..."

"நீ சொல்றதைப் பார்த்தா அம்மா உள்ளேதான் இருக்காங்க...?"

"ஆமாங்கய்யா..."

"பின்னே போன் பண்ணினா ஏன் எடுக்க மாட்டேங்கறாங்க... போன் பண்ணி பண்ணி அலுத்து போயிட்டேன்."

சொன்ன அஸ்வினிராஜ் ஸ்கூட்டரை உள்ளே கொண்டு போய் ஒரு மரத்தடியில் நிறுத்திவிட்டு பங்களாவின்

போர்டிகோ வாசற்படி ஏறி காலிங்பெல் பொத்தானின்மேல் விரலை வைத்து அழுத்தினான்.

உள்ளே காலிங்பெல்லின் எலக்ட்ரானிக் இசை அரை நிமிஷ நேரத்திற்கு எதிரொலித்துவிட்டு அடங்கியது.

உள்ளே மௌனம்.

அஸ்வினிராஜ் மறுபடியும் அழைப்பு மணிக்கு வேலை கொடுத்தான். இசைக்குப் பின் மௌனம்.

மூன்றாவது முறையாக அழைப்பு மணி அழுத்தப்பட்டபோது, முத்தையா பக்கத்தில் வந்து நின்றான்.

"என்னங்கய்யா...?"

"உள்ளேயிருந்து எந்தவிதமான பதிலும் இல்லையே?"

முத்தையா கதவின் லாக்கைப் பிடித்து இழுத்துப் பார்த்தான். "உள்ளே பூட்டியிருக்குங்கய்யா..."

"இத்தனை காலிங்பெல் கொடுத்தும் அம்மா வரலையே... உள்ளே அவங்களுக்கு ஏதாவது ஆகியிருக்குமோ...?"

"கதவை உடைச்சு பார்த்துடலாங்களாய்யா?"

"வேண்டாம்... உள்ளே நிலைமை எப்படின்னு தெரியாது. போலீஸுக்கு தகவல் கொடுத்து வரவழைக்கலாம். அவங்களே டோரை ஓப்பன் பண்ணினாத்தான் நல்லது. இரண்டு தெரு தள்ளியிருக்கிற பூத்துக்கு போய் போன் பண்ணிட்டு வர்றேன்."

அஸ்வினிராஜ் மறுபடியும் ஸ்கூட்டருக்கு வந்து கிக்கரை உதைத்துக்கொண்டு புறப்பட்டான்.

முத்தையா காக்கி யூனிஃபார்முக்குள் வியர்த்துக் கொண்டே செக்யூரிட்டி கூண்டுக்கு வந்து சேர்ந்த அடுத்த நிமிஷம் காரின் ஹெட்லைட் வெளிச்சம் காம்பௌண்ட் கேட்மேல் அடித்தது.

போய்ப் பார்த்தான்.

வைரவனின் கார். முன்சீட்டில் கிரண், பின்சீட்டில் வைரவன், அஸிஸ்டண்ட் கமிஷனர் சீதாபதி.

பதட்டமாய் வந்தான்.

“அய்யா...”

சீதாபதி தலையை நீட்டிக் கேட்டார்.

“என்ன முத்தையா... அந்த ஃபார்முலா ஃபைல் கிடைச்சுதா...?”

“அய்யா... அதைப் பத்தியெல்லாம் பேசறதுக்கு இப்போ நேரம் கிடையாது. அஸ்வினிராஜ் டெல்லியிலிருந்து வந்துட்டான். இப்பத்தான் வந்தான். போலீஸுக்கு டெலிபோன் பண்றதுக்காக போயிருக்கான்.”

“போலீஸுக்கு டெலிபோனா...?”

“ஆமாங்கய்யா... உள்பக்கமாக பூட்டியிருக்கிற பங்களாவுக்குள்ளே உமையாள் அம்மாவுக்கு ஏதாவது ஆபத்து வந்திருக்கலாமோன்னு நினைச்சு போலீஸ் முன்னிலையிலதான் கதவை ஓப்பன் பண்ணணும்ன்னு சொல்லிட்டான். அவன் போன் பண்ணிட்டு எந்த நிமிஷமும் இங்கே வரலாம். நீங்க உடனே கிளம்பி போயிருங்க. அந்த ஃபைல் எப்படி காணாமே போச்சுங்கிறதைப் பத்தி அப்புறமா பேசிக்கலாம்...”

சீதாபதி முத்தையாவை பக்கத்தில் அழைத்து அவன் தோள்மேல் கையை வைத்தார்.

“இதோ பார் முத்தையா...! உமையாள் இப்போ உயிரோட இல்லை. போலீஸ் அது சம்பந்தமா என்ன பிரச்னை கிளப்பினாலும் நான் பார்த்துக்கிறேன். கேஸை அமுக்கவோ திசை திருப்பவோ நானாச்சு... அதைப்பத்தின கவலையே உனக்கு வேண்டாம். ஆனா அந்த ஃபார்முலா ஃபைல் மறுபடியும் எங்க கைக்கு வந்தாகணும்...”

“அய்யா... அதைப்பத்தியெல்லாம் அப்புறமா பேசிக்கலாங்க... நீங்க மொதல்ல இங்கிருந்து புறப்படுங்க... அந்த அஸ்வினிராஜ் போன் பண்ணிட்டு எந்த நிமிஷமும் வந்துருவான். சீக்கிரமா கிளம்புங்க...”

கார் ரிவர்ஸ் எடுத்தது.

24

"ஹலோ... காமேஷ் ஹியர்..."

"காமேஷ்! நான் ஹம்சினி பேசறேன்."

"என்ன இந்த ராத்திரி நேரத்துல போன்...? உன் வீட்டுப் போன் சரியாயிடுச்சா?"

"இல்லை. அது இன்னமும் அவுட் ஆஃப் ஆர்டர்தான். பக்கத்து தெரு பூத்திலிருந்து பேசிட்டிருக்கேன்."

"சரி என்ன விஷயம்?"

"என்னோட கணவர் டெல்லியிலிருந்து வந்துட்டார்."

"எப்போ?"

"கொஞ்ச நேரத்துக்கு முந்திதான். வந்ததும் வராததுமா உடனே உமையாள் வீட்டுக்கு கிளம்பிட்டார்..."

"என்ன விஷயம்...?"

"தெரியலை. டெல்லியிலிருந்து உமையாளுக்கு பல தடவை போன் பண்ணி பார்த்திருக்கார். அந்த அம்மா போனை எடுக்கவே இல்லையாம்..."

"ஸோ... அங்கே என்ன பிரச்னைன்னு பார்க்க போயிருக்கார்..."

"ஆமா! நீங்களும் க்யூ ப்ராஞ்ச் ஆபீஸர் ராம்பிரசாத்தும் உடனடியா உமையாள் பங்களாவுக்குப் போய் அங்கே என்ன நடக்குதுன்னு வாட்ச் பண்ணுங்க... எதாவது பிடி கிடைக்கலாம்..."

"இதோ கிளம்பிட்டேன்..."

25

போலீஸ் இன்ஸ்பெக்டர் கான்ஸ்டபிள்களோடு போர்டிகோ படியேறி கதவுக்கு முன்பாய் நின்று கைப்பிடியை இழுத்துப் பார்த்தார். உள்ளே இறுக்கமாய் தாழிடப்பட்டிருப்பது தெரிந்தது.

பக்கத்தில் நின்றிருந்த அஸ்வினிராஜை ஏறிட்டார். "நீங்க உமையாள் அம்மாவுக்கு அஸிஸ்டெண்டா...?"

"ஆமா ஸார்..."

"டெல்லிக்குப் போய்ட்டு கொஞ்ச நேரத்துக்கு முந்திதான் ரிட்டர்ன் ஆகியிருக்கீங்க இல்லையா...?"

"ஆமா ஸார்..."

இன்ஸ்பெக்டரின் பார்வை இப்போது வாட்ச்மேன் முத்தையா மீது நிலைத்தது.

"ரெண்டு நாளைக்கு எனக்கு லேபாரட்ரி வேலையிருக்கு, தொந்தரவு செய்யக்கூடாதுன்னு உமையாள் அம்மா சொன்னப்ப பக்கத்துல வேற யார் யாரெல்லாம் இருந்தாங்க...?"

"வேற யாரும் இல்லீங்கய்யா... நான் மட்டும்தான் இருந்தேன்..."

"ரெண்டு நாளா அந்த அம்மா உன்கூட இண்டர்காம்லகூட கூப்பிட்டு பேசலையா...?"

"இல்லீங்கய்யா..."

பங்களாவைச் சுற்றிப் பார்த்துவிட்டு வந்த ஒரு கான்ஸ்டபிள் இன்ஸ்பெக்டர்க்கு முன்பாய் வந்து நின்றார்.

“என்ன...?”

“ஸார்... பங்களாவுக்கு பின்பக்கம் ஒரு வெண்டிலேஷன் ஜன்னலில் கம்பிகளே இல்லை. ஒரு ஆள் உள்ளே போகக்கூடிய அளவுக்கு இடைவெளி இருக்கு...”

“சரி... இப்படியே பேசிட்டிருக்கிறதுல எந்த பிரயோஜனமும் இல்லை. மாஸ்டர் கீ-பன்ச்சை யூஸ் பண்ணி மொதல்ல டோரை ஓப்பன் பண்ணுங்க...”

கான்ஸ்டபிள் ஒருவர் சாவிக்கொத்தோடு கதவை நெருங்கி, லாக் ஸ்லிட்டில் சாவிகளை நுழைத்து நுழைத்து திருக, ஒரு சாவிக்கு அது உடன்பட்டு லாக் விலகியது.

கதவைத் தள்ளிக்கொண்டு உள்ளே போனார்கள்.

பங்களாவின் ஹால் இருட்டில் இருந்தது. கான்ஸ்டபிள் ஒருவர் ஸ்விட்சைப் போட, ட்யூப்லைட் வெளிச்சம் பற்றிக் கொண்டது.

“லேப் எந்த பக்கம்...?”

இன்ஸ்பெக்டர் கேட்டுக் கொண்டிருக்கும்போதே ஒரு அறையின் திரைச்சீலை மறைவிலிருந்து உமையாள் ஒரு பெரிய புன்னகையோடு வெளிப்பட்டாள். சொன்னாள்,

“வெல்கம் எவ்ரிபடி...”

வாட்ச்மேன் முத்தையா உறைந்து போயிருக்க, இன்ஸ்பெக்டரும் அஸ்வினிராஜும் வேகவேகமாய் உமையாளை நோக்கி போனார்கள்.

“மேடம்...! உங்களுக்கு எந்த ஆபத்தும் இல்லையே...?”

உமையாள் சிரித்தாள்.

“அயாம் பர்பெக்ட்லி ஆல்ரைட்....”

அஸ்வினிராஜ் படபடத்தான். “மேடம்...! உங்களுக்கு டெல்லியிலிருந்து நிறைய தடவை போன் பண்ணினேன்.

நீங்க ஏன் போனை அட்டெண்ட் பண்ணலை. அதேபோல் காலிங்பெல் கொடுத்தும் நீங்க ஏன் வந்து கதவைத் திறக்கலை...?"

உமையாள் பெரிதாக சிரித்துவிட்டு சொன்னாள், "இந்த கஷ்டமான கேள்விக்கு நான் பதில் சொல்றதைக் காட்டிலும் வாட்ச்மேன் முத்தையா பதில் சொன்னா பொருத்தமாய் இருக்கும்..."

இப்போது எல்லோருடைய பார்வையும் முத்தைய்யாமீது திரும்ப, அவன் வியர்த்து வழிந்தான்.

உமையாள் கையசைத்து அவனைக் கூப்பிட்டாள்.

"இப்படி வா முத்தையா..."

"அ... அம்மா!"

"என்ன முத்தையா இப்படி பயந்து நடுங்கறே? நேத்து ராத்திரி ஒன்பது மணிக்குமேல் எவ்வளவு தைரியமா பின்பக்க வெண்டிலேஷன் ஜன்னல் வழியா உள்ளே வந்தே... என்னோட கழுத்துக்கு நைலான் கயிற்றைப் போட்டு இறுக்கி என்னைக் கொலை பண்ணினே. அதுக்கப்புறம் என்னோட பாடியை எடுத்துக்கிட்டு போய் பங்களாவுக்கு பின்பக்கம் இருக்கிற ரசாயனக் கழிவுக்குழியில் தள்ளி மண்ணைப் போட்டு மூடினே. அப்புறம் ஃபார்முலா ஃபைலை எடுத்துகிட்டு போய் உன்னோட பெட்டியில வெச்சுகிட்டே.... இவ்வளவு தைரியமா எல்லாக் காரியத்தையும் பண்ணிட்டு இப்போ இப்படி பயப்பட்டு வேர்த்து வழிஞ்சா எப்படி?"

இன்ஸ்பெக்டர் கோபமானார்.

"மேடம்... நீங்க என்ன சொல்றீங்க...?"

"நான் சொன்னதெல்லாம் உண்மையா இல்லையான்னு முத்தையாகிட்டேயே கேட்டுப் பாருங்களேன்..."

இன்ஸ்பெக்டரின் தீப்பார்வை முத்தையாவை பொசுக்கியது.

"என்னடா...! அம்மா சொல்றது உண்மையா?"

"அ... அய்யா... அது... வந்து..."

இன்ஸ்பெக்டரின் கையில் இருந்த லாட்டி உயர்ந்தது. "ம்... சொல்லு..."

"உண்மைதாங்கய்யா..."

"பார்த்தீங்களா ஒத்துக்கிட்டான்..."

"மேடம்...! உங்களை கொலை செஞ்சதை முத்தைய்யா ஒத்துக்கிட்டான். பட் நீங்க உயிரோட உடம்புல ஒரு சின்னக் கீறல்கூட இல்லாமே இருக்கீங்களே... அது எப்படி?"

"முத்தையாவை மொதல்ல அரஸ்ட் பண்ணி ஜீப்புல உட்கார வெச்சுட்டு வாங்க, நான் விளக்கமா எல்லாத்தையும் சொல்றேன்."

இன்ஸ்பெக்டர் ஒரு கான்ஸ்டபிளுக்கு கண் ஜாடை காட்ட, அவர் முத்தையாவின் கழுத்தில் கைவைத்து தள்ளிக் கொண்டு போனார்.

உமையாள் உள்ளே இருந்த ஒரு அறைக்கு இன்ஸ்பெக்டரையும் அஸ்வினிராஜையும் அழைத்துப் போய் உட்காரச் சொல்லி தானும் எதிரில் உட்கார்ந்தாள்.

தொண்டையை மெலிதாய் செருமிக் கொண்டு பேச ஆரம்பித்தாள்.

"இன்ஸ்பெக்டர்! வாட்ச்மேன் முத்தையாவுக்கு இப்படி ஒரு துரோக புத்தி இருக்கும்ன்னு நான் கொஞ்சம்கூட நினைச்சு பார்த்தது இல்லை. முத்தையா என்னை கொலை செய்யற எண்ணத்தோட உள்ளே வந்தது உண்மை. பட் அவன் என்னை கொலை பண்ணியது, பாடியை எடுத்து ரசாயன குழிக்குள்ளே கொண்டு போய் டிஸ்போஸ் பண்ணினது எல்லாம் அவனுடைய கற்பனை..."

"கற்பனையா...? மேடம்... நீங்க என்ன சொல்றீங்க?"

உமையாள் புன்னகைத்தாள்.

"எஸ்... கற்பனைதான்! நிஜம் மாதிரியே நடக்கிற கற்பனை. இதை இங்கிலீஷ்ல 'இல்யூஷ்னல்

எஃபெக்ட்ஸ்'ன்னு சொல்லுவாங்க. இந்த இல்யூஷ்னல் எஃபெக்ட்ஸை ஒருவனின் மூளையில் உள்ள ந்யூரான் செல்களில் மணிக்கணக்கில பதிய வைக்க என்னால முடியும். அதுக்கான கேப்ஸ்யூல்களை தயார் பண்ணும் முயற்சியில் போன வாரம்தான் வெற்றிக் கோட்டையே தொட்டேன். இந்த காப்ஸ்யூல்களை ஏற்கெனவே பூனைக்கும், நாய்க்கும் தண்ணியில் கலந்து கொடுத்து பார்த்துட்டேன். இந்த இல்யூஷ்னல் எஃபெக்ட்ஸுக்கு உட்பட்ட ஒரு பூனை தனக்கு எதிர்ல ஒரு எலி இருக்கிற மாதிரி நினைச்சுட்டு அதை அடிச்சு கொல்லும். கற்பனையில் சாப்பிடவும் ஆரம்பிக்கும். அதேபோல் ஒரு நாய் எதிர்ல அந்நிய ஆட்கள் வர்ற மாதிரி நினைச்சுகிட்டு குரைக்க ஆரம்பிக்கும். அதுக்கு பிரியமானதை செய்யும். இந்த காப்ஸ்யூல்களினால் மனிதர்களுக்கு என்ன நன்மை...? இதை எதுக்காக தயாரிக்கணும்ன்னு நீங்க கேட்கலாம்..."

உமையாள் இந்த இடத்தில் பேச்சை நிறுத்திவிட்டு மறுபடியும் தொடர்ந்தாள்.

"இந்த இல்யூஷ்னல் எஃபெக்ட்ஸ் மாத்திரைகளை நான் தயாரிச்சது பொதுமக்களுக்காக இல்லை. நம்ம ராணுவத்துக்காக. இந்த மாத்திரைகள் நம்ம ராணுவத்துக்கு எந்த வகையில் உதவி செய்ய முடியும்ன்னு நீங்க கேட்கலாம். இந்த மாத்திரைகளை எதிரி நாட்டு ராணுவ முகாம்களில் இருக்கிற குடிநீர் தொட்டிகளில் கலந்துட்டா போதும். அவங்க தாக்குதலை ஆரம்பிக்கும்போது இந்த இல்யூஷ்னல் எஃபெக்ட் வேலை செய்ய ஆரம்பிக்கும். நம் நாட்டு ராணுவ தளவாடங்கள், இலக்குகள் எல்லாமே குழப்பமாய் தெரியும். சரியான இலக்குகளை சுடாமே பொட்டல்வெளிகளில் நம் ராணுவம் இருப்பதாக நினைத்துக்கொண்டு சுட்டுத் தள்ளுவார்கள். எதிரிகளின் இந்த குழப்ப நிலையை பயன்படுத்திக்கொண்டு நம் ராணுவம் எதிரிகளின் ராணுவ கேந்திரங்களைத் தாக்கி

சுலபமாய் தகர்த்து விடலாம். பிராணிகளுக்கு கொடுத்து பரீட்சித்துப் பார்த்த இந்த மாத்திரைகளை மனிதனுக்கு கொடுத்து பார்க்க எண்ணி இரண்டு நாட்களுக்கு முன்பே வாட்ச்மேன் முத்தையா சாப்பிடும் தண்ணீரில் மாத்திரையைக் கலந்தேன். அஸ்வினிராஜ் டெல்லிக்குப் போனதும், முத்தையாவின் நடவடிக்கைகளை உன்னிப்பாக பங்களாவிலிருந்து கவனிப்பதற்காகத்தான் லேபாரட்ரியில் வேலை இருக்கிறது என்று சொல்லி உள்ளேயே இருந்து கொண்டுவிட்டேன். நேற்று ராத்திரி ஒன்பது மணிக்குமேல் முத்தையாவின் நடவடிக்கைகளை கவனித்த எனக்கு ஒரே ஆச்சர்யம். அவன் பங்களாவுக்கு பின்பக்கமாக போய் க்ரில் இல்லாத வெண்டிலேஷன் ஜன்னலுக்குள் நுழைந்து உள்ளே வந்ததும் அந்த மாத்திரையின் விளைவாக நான் அந்த அறையில் இருப்பதாக பேசியதும், நைலான் கயிற்றை என் கழுத்தில் போட்டு இறுக்கியது போல் பாவனை செய்ததும், பிறகு டெலிபோன் செய்து வைரவன் என்பவரிடம் பேசியதும், பாடியை டிஸ்போஸ் செய்கிறேன் பேர்வழி என்று சொல்லிக்கொண்டு என்னைத் தூக்கிக்கொண்டு போவதுபோல் நடந்து போனதும்... எல்லாமே எனக்குள் பிரமிப்பு. ஃபார்முலா ஃபைலை எடுத்துச் சென்றதும் கற்பனைதான். இல்லாத ஃபார்முலா ஃபைலை பெட்டியில் வைத்துவிட்டு பிறகு தேடினால் எப்படி கிடைக்கும்...?”

“மேடம்...! நீங்க சொல்றதை என்னால் நம்ப முடியலையே... இப்படியெல்லாம் நடக்க இல்யூஷனல் எஃபெக்ட் மாத்திரை உதவி செய்யுமா...?” இன்ஸ்பெக்டர் கேட்க, அஸ்வினிராஜ் புன்னகைத்தான்.

“ரசாயன விஞ்ஞானத்தில் எதுவுமே சாத்தியம்தான் இன்ஸ்பெக்டர். மேடத்தோட கண்டுபிடிப்புகள் ஒவ்வொன்றும் அற்புதம். எனக்கே புரியாத விஷயங்கள் இங்கே நிறைய உண்டு இன்ஸ்பெக்டர். நல்ல வெய்யில்

நேரத்தில் தாகமாய் இருக்கும் ஒருவன் தார்ரோட்டைப் பார்த்தா தண்ணீர் அசைகிற மாதிரி தெரியும். அதை கானல் நீர்ன்னு சொல்லுவாங்க. அதே மாதிரிதான் இந்த இல்யூஷனல் எஃபெக்ட் மாத்திரையும். ஒருவனுடைய உடம்பில் கலந்து மூளையின் நியூரான் செல்களை ஆக்ரமிக்கும்போது அவன் மனதில் தீவிரமாய் இருக்கிற எண்ணங்கள் காட்சிகளா மாறும். எல்லாமே பொய்க் காட்சிகள். அவனுடைய உணர்ச்சிகளோடு விளையாடிவிட்டு அந்த காட்சிகள் பிறகு காணாமல் போய்விடும். வாட்ச்மேன் முத்தையனுக்கு நேர்ந்த அனுபவமும் இது மாதிரியானதுதான். மேடம் முத்தையாவை பரீட்சிக்கப் போய் உயிர் பிழைச்சிட்டாங்க."

உமையாள் பக்கத்தில் இருந்த ஒரு செல்ப்பைத் திறந்து ஒரு சிறிய ஹேண்டி வீடியோ காமிராவை எடுத்து இன்ஸ்பெக்டரிடம் கொடுத்தாள்.

"இன்ஸ்பெக்டர் கடந்த ரெண்டு நாளா இந்த காமிராவை வெச்சுத்தான் முத்தையாவோட நடவடிக்கைகளை இங்கே இருக்கிற ஒரு வ்யூ ஃபைண்டர் மூலமா ஷூட் பண்ணினேன். அவனை யார் யார் சந்திக்க வந்தாங்க... என்னென்ன பேசினாங்க, என்கிற எல்லா விஷயங்களுமே இதுல ரெக்கார்ட் ஆகியிருக்கு. இந்த விஷயத்துல உங்க அஸிஸ்டண்ட் போலீஸ் கமிஷனரும் சம்பந்தப்பட்டிருக்கார். பார்த்து ஹேண்டில் பண்ணுங்க..."

"கவலையேபடாதீங்க மேடம். இப்போ புதுசா மாற்றலாகி வந்திருக்கிற ஐ.ஜி. சட்டத்துக்கும் நியாய நேர்மைக்கும் மதிப்பு தர்றவர். அவர்கிட்ட இந்த விஷயத்தைக் கொண்டுட்டுப் போனா போதும், தப்பு பண்ணினவங்க யாராயிருந்தாலும் சரி, லாக்கப்புக்குள்ளே மண்டி போட்டு உட்கார்ந்திருப்பாங்க..."

இன்ஸ்பெக்டர் காஸட்டோடு விடைபெற்றுக் கொண்டு போக,

உமையாள் அஸ்வினிராஜை ஏறிட்டாள்.

“டெல்லிக்கு போன காரியம் என்னாச்சு? காயா... பழமா?”

“பழுத்த பழம் மேடம்...”

●●●

ஐந்து கிராம் ஆபத்து

இந்த கதை 1990 ஆம் ஆண்டு
க்ரைம் நாவல் என்ற இதழில் வெளிவந்தது

1

நியூயார்க் விமான நிலையம்.

மழை லேசாய் தூறிக் கொண்டிருந்த அந்த விடியற்காலை வேளையில் ஏர் இந்தியா விமானம் ரன்வேயில் கால் பதித்து கைதேர்ந்த ஸ்கேட்டிங் விளையாட்டு வீரரைப் போல் வழுக்கிக் கொண்டு வந்து லௌன்ஞ்சுக்கு முன்பாய் இருந்த லேண்டிங் ஸ்பாட்டில் நிலை கொண்டது.

விமானத்தின் எக்கனாமி வகுப்பில் இருந்த ஹாரிணி சீட்டில் உட்கார்ந்தபடியே முட்டை வடிவ கண்ணாடி வழியே குனிந்து விமான நிலையத்தைப் பார்த்தாள்.

நியூயார்க் விமான நிலையம் கலர்கலராய் நியான் விளக்குகளை அணிந்து கொண்டு இரைச்சலாய் தெரிந்தது.

"எக்ஸ்க்யூஸ்மீ..."

குரல் கேட்டு ஹாரிணி நிமிர்ந்தாள். ஏர்ஹோஸ்டஸ் பெண் உஜாலா வெள்ளை சிரிப்போடு நின்றிருந்தாள்.

"எஸ்..."

"வெளியே லேசாய் மழை பெய்து கொண்டிருக்கிறது. லௌன்ஞ்ச் போய்ச் சேர்வதற்குள் நீங்கள் நனைந்து விடுவீர்கள். உங்களுக்கு குடை தேவைப்படுமா...?"

ஹாரிணி சிரித்தாள்.

"வேண்டாம்... எனக்கு இந்த ஸ்கார்ப் போதும். மழை பலமாய் பெய்கிற மாதிரியும் தெரியவில்லையே...?"

“அப்படியானால் உங்களுக்கு குடை வேண்டாம்?”

“வேண்டாம். உதவி செய்ய முன் வந்த உங்கள் அன்புக்கு என் நன்றி.”

அந்த ஏர்ஹோஸ்டஸ் பெண் ஒரு வெளிச்சச் சிரிப்போடு ஹாரிணியின் கூந்தலைத் தொட்டாள்.

“உங்களுடைய ஹேர்ஸ்டைல் எனக்கு நிரம்பவும் பிடித்துள்ளது... நீங்கள் அழகாகத் தெரிவதற்கு இந்த முடியலங்காரம்தான் காரணம்...”

ஹாரிணி சிரித்தாள்.

“மொத்தத்தில் நான் அழகாக இல்லையென்று சொல்லாமல் சொல்கிறீர்கள்...”

“நோ... நோ... அப்படியில்லை. உங்கள் முகம் அழகாகவே இருக்கிறது. கண்கள், உதடுகளைப் பார்க்கும் போது மறுபடியும் ஒரு ஐஸ்வர்யாராயைப் பார்ப்பது போன்ற உணர்வு.”

“வெளியே மழை. நீங்கள் வேறு ஐஸ் வைக்கிறீர்கள். என் உடம்பு தாங்காது.”

“இது ஐஸ் கிடையாது. நிஜம்...”

“எனி ஹௌ... தேங்க்ஸ் ஏ லாட் ஃபார் யுவர் காம்ப்ளிமெண்ட்...”

ஹாரிணி சொல்லிக் கொண்டே தன் சிறிய ப்ரீப்கேஸை எடுத்துக் கொண்டு எழுந்தாள்.

ஏர்ஹோஸ்டஸ் கேட்டாள். “உங்கள் பெயரைத் தெரிந்து கொள்ளலாமா?”

“வித் ப்ளஷர். மை நேம் ஈஸ் ஹாரிணி.”

“நீங்கள் ஏதாவது வேலை பார்க்கிறீர்களா இல்லை படிக்கிறீர்களா...?”

“வேலைதான்...”

"என்ன வேலை...?"

"ஜர்னலிஸ்ட். ஃப்ரீலான்ஸர். நீங்கள் அடுத்த கேள்வியை கேட்பதற்கு முன்பாகவே நான் பதில் சொல்லிவிடுகிறேன். நான் நியூயார்க்குக்கு வந்த காரணம் இங்கே ஒரு வார காலம் தங்கி இங்கே உள்ள இந்தியக் குடும்பங்களைச் சந்தித்து அவர்களைப் பற்றிய ஒரு கட்டுரைத் தொடர் எழுதத்தான்."

"ஃபெண்டாஸ்டிக் ஜாப். உங்கள் முயற்சி வெற்றியடைய என் வாழ்த்துக்கள்..."

"நன்றி..."

பயணிகள் மொத்த பேரும் கீழே இறங்கிப் போயிருக்க, ஹாரிணி ப்ரீப்கேஸோடு வேகவேகமாய் நடந்து விமானக் கதவுக்கு வந்தாள். கதவருகே நின்றிருந்த அமெரிக்கப் பெண் ஒருத்தி "வெல்கம் டூ நியூயார்க்" சொல்ல, அதை ஒரு புன்னகையோடு பெற்றுக் கொண்டு ஸ்டெப்ஸில் இறங்கினாள் ஹாரிணி.

மழை ஸ்லோமோஷனில் தூறிக் கொண்டிருக்க குளிர் இஞ்செக்ஷனாய் மாறி உடம்பு தெரிந்த பாகங்களில் ஊசி போட்டது.

ஸ்கார்ப்பை இறுக்கிக் கட்டிக் கொண்டு வேகவேகமாய் லௌன்ஞ்சை நோக்கிப் போனாள்.

லௌன்ஞ்ச் ஒரே இரைச்சலாய் இருந்தது.

மக்கள் அட்டை டம்ளர்களில் எதை எதையோ சப்பிக் கொண்டிருந்தார்கள். சில காதல் ஜோடிகள் அசைவமாக மாறி முத்தமிட்டுக் கொண்டிருக்க, ஹாரிணி கும்பலுக்குள் புகுந்து க்ளாக் ரூமுக்கு போய் இரண்டு நிமிஷங்கள் காத்திருந்து கன்வேயர் பெல்ட்டில் வந்த தன் ரோலர் சூட்கேஸை சேகரித்துக் கொண்டு கஸ்டம்ஸுக்கு வந்து காத்திருந்த வரிசையில் இணைந்து கொண்டாள்.

வரிசை நகர்ந்தது.

அரைமணி நேரம் கழித்து ஹாரிணியின் முறை வந்தது. கேரட் நிறத்தில் இருந்த அந்த கஸ்டம்ஸ் அதிகாரி தன் பழுப்பு நிற கண்களால் ஹாரிணியை அளவெடுப்பது போல் பார்த்துவிட்டு கேட்டார்.

“கிவ் மீ யுவர் பாஸ்போர்ட அண்ட் விசா பர்ட்டிகுலர்ஸ்.”

கொடுத்தாள். கஸ்டம்ஸ் அதிகாரி வாங்கிப் பார்த்துவிட்டு புருவங்களை உயர்த்தினார்.

“ஜர்னலிஸ்ட்?”

“எஸ்...”

“ஏதாவது பத்திரிகை நடத்துகிறீர்களா?”

“இல்லை... ஃப்ரீலான்ஸர்...”

“நீங்கள் எழுதிய கட்டுரைகளின் ஆங்கில மொழி பெயர்ப்பு பிரதிகள் ஏதாவது இருக்கிறதா...?”

“இதோ...”

ப்ரீப்கேஸைத் திறந்து பாலிதீன் ஃபைலில் கோர்க்கப்பட்டிருந்த சில காகிதக் கற்றைகளை எடுத்து நீட்டினாள். அவர் வாங்கிப் பார்த்து புரட்டிக் கொண்டே கேட்டார்.

“நியூயார்க் வருவது இதுதான் முதல் தடவையா?”

“ஆமாம்...”

“இங்கே உறவினர்கள், நண்பர்கள் யாராவது இருக்கிறார்களா...?”

“இல்லை...”

“அப்படியானால் ஹோட்டலில்தான் தங்குவீர்கள்?”

“ஆமாம்...”

“எந்த ஹோட்டல்...?”

“ஹோம் ஃபீல் இண்டர்நேஷனல்.”

“எத்தனை நாளைக்கு தங்கல்?”

"ஒரு வாரம்..."

பாஸ்போர்ட்டில் 'அரைவ்ட்' என்ற முத்திரை பெரிய சத்தத்தோடு விழுந்தது.

"தேங்க்யூ..."

"மிஸ்... ஹாரிணி..."

"சொல்லுங்கள்."

"ஒரு ரிக்வெஸ்ட்."

"என்ன...?"

"உங்கள் நாட்டுக்குப் போய் அங்கேயிருக்கும் பத்திரிகைகளில் நியூயார்க்கைப் பற்றியும், அமெரிக்காவைப் பற்றியும் எழுதும்போது கொஞ்சம் உயர்வாய் எழுதுங்கள். நியூயார்க்கை குற்றங்கள் நிறைய நடக்கும் நகரம் என்று சொல்கிறார்கள். அது பொய்யான புள்ளி விபரம். அமெரிக்காவை வெறுக்கிற சில நாடுகள் வேண்டுமென்றே அவிழ்த்துவிட்ட பொய்கள். எந்த நாட்டில்தான் குற்றங்கள் நடக்கவில்லை...?"

ஹாரிணி புன்னகைத்தாள்.

"நியூயார்க்கைப் பற்றியும், அமெரிக்காவைப் பற்றியும் நான் உயர்வாக எழுத வேண்டும். அவ்வளவுதானே?"

"ஆமாம்..."

"கண்டிப்பாக எழுதுகிறேன். போதுமா?"

"தேங்க்யூ வெரிமச்..."

ஹாரிணி லக்கேஜோடு கஸ்டம்ஸ் கேபின்களைத் தாண்டி விமான நிலையத்துக்கு வெளியே வந்தாள்.

அந்த விடியற்காலை வேளையில் தூறும் மழையில் நூற்றுக்கணக்கான சொகுசு டாக்ஸிகள் ஒரே மாதிரியான பெயிண்ட் பூச்சில் பளபளத்து தெரிந்தன.

பேவ்மெண்டில் நடந்து போர்டிகோ படிகள் இறங்க இறங்க ஒரு முரட்டு நீக்ரோ ட்ரைவர் எதிர்பட்டான்.

“டூ யூ வாண்ட் டாக்ஸி...?”

“வேண்டாம்...” ஒதுங்கி நடக்க முயல, நீக்ரோ மறித்தான்.

“கொஞ்சம் நில் பேபி... நீ இந்தியாவா?”

“ம்...”

“எனக்கு இந்தியப் பெண்களை ரொம்பவும் பிடிக்கும். காரணம் ஏதாவது ஒரு வகையில் அவர்கள் அழகானவர்களாகவே இருப்பார்கள். நீ மிக மிக அழகு.”

“இட்ஸ் ஆல்ரைட்... எனக்கு வழிவிடுகிறாயா...?”

நீக்ரோ தான் நின்ற இடத்திலிருந்து இம்மி கூட அசையாமல் அப்படியே நின்று தன் அழுக்கான பல் வரிசையைக் காட்டிச் சிரித்தான்.

“நீ எனக்கு டாக்ஸி கட்டணம் எதுவும் தர வேண்டாம் பேபி. நியூயார்க்கில் நீ எங்கே போக வேண்டும் சொல். ஒரு டாலர் கூட கட்டணம் வாங்கிக் கொள்ளாமல் உன்னைக் கொண்டு போய் விட்டு விடுகிறேன்...”

“வேண்டாம்... வழியை விடு...”

“சொன்னால் கேள் பேபி... அந்த லக்கேஜ்ஜை இப்படி என் கையில் கொடு...”

ஹாரிணி சீறினாள்.

“இப்போது நீ வழி விடப்போகிறாயா... இல்லை போலீஸைக் கூப்பிடட்டுமா...?”

“போலீஸைக் கூப்பிடுகிறாயா... கூப்பிடு. தாராளமாக கூப்பிடு...”

ஹாரிணி சுற்றும் முற்றும் பார்த்தாள். ஒரு போலீஸ் சார்ஜெண்ட் கூட பார்வைக்குக் கிடைக்கவில்லை. விமான நிலையத்திலிருந்து வெளிப்பட்ட பயணிகள் தூறுகிற மழையில் வேகவேகமாய் நடந்து கிடைத்த டாக்ஸிகளுக்குள் திணிந்து கொண்டிருந்தார்கள்.

நீக்ரோ சிரித்தான்.

"போலீஸ் சார்ஜெண்ட் இன்னும் ஒரு அரைமணி நேரத்துக்கு இந்த டாக்ஸி ஸ்டேண்ட் பக்கம் தலை காட்டமாட்டார். ஒரு பாதுகாப்பு ஏற்பாட்டுக்காக விமான நிலையத்தின் வடக்குப் பக்கம் போயிருக்கிறார். அவர் இங்கே வருகிற வரைக்கும் காத்துக் கொண்டிருக்கப் போகிறாயா?"

ஹாரிணி கையிலிருந்த லக்கேஜை கீழே வைத்துவிட்டு நீக்ரோவை தீப்பார்வை பார்த்தாள்.

"இப்போது நீ வழியை விடப் போகிறாயா இல்லையா?"

"நான்தான் ஏற்கெனவே 'மாட்டேன்' என்று சொல்லிவிட்டேனே இந்தியன் பேபி. நீ இன்றைக்கு என்னுடைய டாக்ஸியில்தான் பயணம் செய்யப் போகிறாய்..."

"வீணாக பிரச்னை செய்யாமல் போய்விடு."

"பிரச்னை செய்வதே நீதானே...?" நீக்ரோ சிரித்து சொல்லிக் கொண்டே லக்கேஜை எடுத்தான்.

"வா... என் பின்னால்."

"என் லக்கேஜ்ஜை இப்போது கீழே வைக்கப் போகிறாயா... இல்லையா...?"

"மாட்டேன்! சண்டித்தனம் செய்யாமல் டாக்ஸியில் வந்து ஏறு..." அலட்சியமாய் சொல்லிவிட்டு நடைபோட ஆரம்பித்த நீக்ரோவின் வலது கை மணிக்கட்டை தன் வலது கையால் 'கப்'பென்று பிடித்தாள் ஹாரிணி.

இறுக்கமான பிடி.

நீக்ரோ திரும்பி நின்று ஒரு ஏளனப் பார்வையோடு கையை உதறினான்.

முடியவில்லை.

மணிக்கட்டு இறுகியது.

"உனக்கு இவ்வளவு பலமா... பரவாயில்லையே! நான் என் பலத்தைக் காட்ட ஆரம்பித்தால் நீ தாங்க மாட்டாய். மரியாதையாய் நீ கையை விடு..."

"லக்கேஜ்ஜைக் கீழே வை..."

"மாட்டேன்" நீக்ரோ சொல்லிக் கொண்டிருக்கும்போதே ஹாரிணியின் கை விரல்கள் இறுகி மணிக்கட்டில் ஒரு புதிய வலி ஜனிப்பதை உணர்ந்தான்.

கையை உதற முயன்றான்.

முடியவில்லை.

ஹாரிணியைப் பயமாய் பார்த்தான்.

'ஒரு பெண்ணுக்கு இவ்வளவு பலமா?'

நீக்ரோ யோசித்துக் கொண்டிருக்கும் போதே, தன் மணிக்கட்டில் ஜனித்த வலி ஒரு நரம்பின் வழியாக மெல்லப் பயணம் செய்து தோள் பட்டைக்கு போவதை உணர்ந்தான்.

"ஏய் விடு..."

தோள்பட்டையில் நிலை கொண்ட வலி இப்போது கழுத்துக்குப் போய், பின் தலைக்குள் மின்சாரம் மாதிரி பாய்ந்தது. மணிக்கட்டு, தோள்பட்டை, கழுத்து, தலைப்பகுதி என்று எல்லாப் பக்கமும் வலி பரவி அந்த வலியின் தீவிரம் அதிகமாயிற்று.

ஒரே நேரத்தில் நான்கைந்து தேள்கள் பேசி வைத்துக் கொண்டு கொட்டிய மாதிரி வலி.

நீக்ரோவின் முகம் வியர்த்துக் கொட்டியது.

ஹாரிணி புன்னகைத்தாள். "என்னை ஒரு சாதாரண பெண்ணாக நினைத்து என்னிடம் வாலாட்டியது எவ்வளவு பெரிய மடத்தனம் என்பதை இப்போதாவது புரிந்து கொண்டிருப்பாய் என்று நினைக்கிறேன். உன்னைப் போன்ற காண்டாமிருகங்களைக் கூட மண்டி போட வைக்கக்கூடியதொரு வர்மக்கலை எனக்குத் தெரியும். இந்த வர்மக்கலையைப் பற்றி உனக்குத் தெரிந்திருக்க வாய்ப்பில்லை. உன்னுடைய மணிக்கட்டில் இருக்கும் ஒரு முக்கியமான நரம்பு இப்போது என் கைப்பிடிக்குள்

சிக்கியிருக்கிறது. அது மூளைக்குப் போகும் முக்கியமான நரம்பு என்பதால் இன்னும் இரண்டு நிமிஷம் இப்படியே இருந்தால் உனக்கு வாய் உலர்ந்து போகும். கண்கள் லேசாய் இருளும். நெஞ்சை அடைக்கும். இந்த அவஸ்தைகளையெல்லாம் நீ அனுபவிக்கத் தயாரா...? இல்லை லக்கேஜ்ஜை வைத்துவிட்டு நடையைக் கட்டத் தயாரா...? உனக்கு எப்படி வசதி...?"

நீக்ரோ டிரைவர் வலியைக் கடித்து மென்று கொண்டு லக்கேஜ்ஜைக் கீழே வைத்தான்.

ஹாரிணி கையை விட்டாள்.

"இனி என் வழிக்கு வராமல் ஒதுங்கிப் போய்விடு."

அவன் மணிக்கட்டைத் தடவிக் கொண்டே பின் வாங்கி பயப்பார்வை பார்த்தபடி கும்பலில் கலந்து காணாமல் போக, ஹாரிணி லக்கேஜ்ஜை எடுத்துக் கொண்டு வேறு ஒரு டாக்ஸியை நோக்கிப் போனாள்.

வரிசையில் கடைசியாய் நின்றிருந்த டாக்ஸியை நெருங்க, மழைக்கோட்டு அணிந்திருந்த அந்த அமெரிக்க டிரைவர் டாக்ஸியின் பின்பக்கக் கதவை திறந்து விட்டபடி கேட்டான்.

வேகமான ஆங்கிலம்.

"எங்கே போக வேண்டும் மேடம்?"

"ஹோட்டல் ஹோம் ஃபீல் இண்டர்நேஷனல்."

"உட்காருங்கள்."

ஹாரிணி ஏறி உட்கார்ந்ததும் டிரைவர் தன் இருக்கைக்கு வந்து டாக்ஸியை நகர்த்தினான்.

பெய்து கொண்டிருந்த மழை ஈரத்தின் காரணமாக அந்த கான்க்ரீட் ரோடு ஒரு ஸ்கேட்டிங் பரப்பாய் மாறியிருக்க, டாக்ஸி வெண்ணெய்க் கட்டியில் இறங்கிய கத்தியாய் ஒரு சின்ன சத்தம்கூட எழுப்பாமல் போயிற்று.

ஏர்போர்ட் ஏரியாவின் சந்தடிகளை முடித்துக்கொண்ட டாக்ஸி அந்த நெடுஞ்சாலையில் நியூயார்க் நகரை நோக்கி 125 கிலோமீட்டர் வேகத்தில் சீறியபடி இருக்க, டிரைவர் ஹாரிணியைத் திரும்பிப் பார்த்தான்.

சுத்தமான தமிழில் கேட்டான்.

"என்ன ஹாரிணி! வர்மக்கலை க்ளாஸ் எடுத்தே போலிருக்கு."

2

ஹாரிணி சிரித்தாள்.

"பார்த்துக்கிட்டுத்தான் இருந்தியா ஹென்றி?"

"ம்..."

"பின்னே ஏன் ஹெல்ப்புக்கு வரலை...?"

இப்போது அந்த ஹென்றி சிரித்தான்.

"உன்னோட பலம் அவனுக்குத் தெரியட்டும்ன்னுதான் வேடிக்கைப் பார்த்துக்கிட்டிருந்தேன். அந்த நீக்ரோ டிரைவர் ஒரு ஜொள்ளு பார்ட்டி. அதுவும் இந்தியப் பெண்களைப் பார்த்துட்டா கொஞ்சம் அதிகமாகவே வழிவான். இன்னிக்கு நீ அவனுக்கு க்ளாஸ் எடுத்திட்ட... இனி அவன் யார்கிட்டேயும் வாலாட்டமாட்டான்."

"நியூயார்க் மண்ணில் காலடி எடுத்து வெச்சதுமே ஒரு வீர சாகசம் பண்ண வேண்டி வந்துடுச்சு... அது போகட்டும். நம்ம விஷயத்துக்கு வருவோம். எங்க நாட்டு ராணுவ அமைச்சரோட பி.ஏ. ப்ரியநிரஞ்சன் எப்படியிருக்கார்?"

"நேத்திக்கு ராத்திரி பத்து மணி சுமார்க்கு ப்ரியநிரஞ்சன் இங்கே இருக்கிற புகழ்பெற்ற ஹாஸ்பிடலான க்ளாஸ்கோ மெடிக்கல் சென்டரில் ஒரு ஜென்ரல் செக்கப்புக்காக அனுமதிக்கப்பட்டிருக்கார்."

ஹாரிணி சிரித்தாள்.

“ஜென்ரல் செக்கப்பா...! எல்லாம் ஒரு நாடகம்... இந்தியாவோட ராணுவ ரகசியங்களை அடகு வைக்கிறதுக்காகவும், முடிஞ்சா பேரம் பேசி ஒரு நல்ல விலைக்கு வித்துட்டு போறதுக்காகவும் வந்திருக்கார்...”

“எனக்கு அப்படி தோணலை ஹாரிணி.”

“ஏய்... ஹென்றி... நீ என்ன சொல்றே?”

“என்னோட மனசுக்குப்பட்டதைச் சொல்றேன். ராணுவ அமைச்சரோட பி.ஏ ப்ரியநிரஞ்சன் தன்னோட இருதயக் கோளாறை சரி பண்ணிக்கிறதுக்காகத்தான் நியூயார்க் வந்திருக்கார். கடந்த ரெண்டுநாளா அவரை க்ளோஸா வாட்ச் பண்ணிப் பார்த்ததுல அவர் எந்த தப்பான எண்ணத்தோடும் நியூயார்க் வரலைன்னு எம்மனசுக்குப்படுது.”

“அப்படீன்னா இன்டர்நேஷனல் இண்டல்ஜென்ஸ் கொடுத்த தகவல் பொய்ன்னு சொல்ல வர்றியா?”

“ஏன்... பொய்யாக இருக்கக்கூடாதா...? இதோ பார் ஹாரிணி! இண்டர்நேஷனல் இண்டல்ஜென்ஸ்ல வேலை செய்யறவங்களும் மனுஷங்கதான். அவங்க வானத்திலிருந்து குதிச்சு வந்த தேவர்கள் இல்லை தெரியுமா? அவங்க சொல்றதெல்லாம் உண்மையாயிடாது.”

ஹாரிணி சிரித்தாள். “உனக்கு ஏதோ ஒரு கான்க்ரீட் தகவல் கிடைக்கப் போய்தான் இதையெல்லாம் சொல்லிட்டிருக்கேன்னு தெரியுது. ஏம் ஐ கரெக்ட்?”

“கரெக்ட்...”

“எப்படி சொல்லு...?”

கார் இப்போது நியூயார்க் நகர எல்லைக்குள் நுழைந்து அந்த காலை வேளையின் போக்குவரத்தில் கலந்து வேகத்தைக் குறைத்துக் கொண்டது. மழை மட்டும் அதே தூறலோடு தொடர்ந்தது.

ஹாரிணி மறுபடியும் கேட்டாள்.

“எப்படி சொல்லு... ஹென்றி...”

ஹென்றி கண் சிமிட்டினான்.

“எனக்கு புதுசா ஒரு காதலி கிடைச்சிருக்கா. கடந்த ஆறு மாச காலமா தெய்வீகமாக லவ்விகிட்டிருக்கோம்.”

“சரி... நீ காதல் பண்றதுக்கும் ப்ரியநிரஞ்சன் விவகாரத்துக்கும் என்ன சம்பந்தம்?”

“சம்பந்தம் இல்லாமே சொல்லுவேனா? நான் காதலிக்கிற பொண்ணு யார்ன்னு நீ கேட்கலையே?”

“யாரு...?”

“அவ ஒரு நர்ஸ். பேர் மெர்லின், க்ளாஸ்கோ ஹாஸ்பிடலில் வேலை பார்க்கிறா...”

“ஓ... இப்ப புரியுது. அவளை விட்டு வேவு பார்த்தியா...?”

“ஆமா...”

“நீ இந்திய உளவுத்துறையில் வேலை பார்க்கிற விஷயம் அவளுக்குத் தெரியாதே?”

“அவளைப் பொறுத்தவரைக்கும் நான் டாக்ஸி டிரைவர் ஹென்றிதான். அவளுக்கு மட்டும் இல்லை. என்னோட ஃப்ரண்ட்ஸ், ஃபேமிலி சரவுண்டிங்க்ஸ் எல்லோர்க்குமே நான் டாக்ஸி டிரைவர் ஹென்றிதான். நான் இந்திய உளவுப்படையின் ஆள் என்கிற விஷயம் இங்கே உனக்கும் இந்திய ஹை கமிஷனர் குர்ஷியாவுக்கும் மட்டுமே தெரியும்.”

டாக்ஸி இப்போது ஒரு சிக்னலில் நிற்க, ஹாரிணி ஹென்றியை ஒரு நன்றிப் புன்னகையோடு பார்த்தாள்.

“ஹென்றி! உன்னைப்பத்தி எனக்கு நல்லாவே தெரியும். நீ இந்த அமெரிக்காவின் குடிமகனாக இருந்தாலும், உன்னோட தாய் ஓர் இந்தியப் பெண். இந்திய மண்ணில் அதுவும் சென்னையில் பத்து வருஷம் வாழ்ந்த உனக்கு அமெரிக்காவை விட இந்தியாவைத்தான் நேசிக்கப் பிடிக்கும். இந்த ஒரு தகுதியே உனக்கு இந்திய உளவுத்துறையில் வேலை வாங்கிக்

கொடுத்தது. இங்கே ஒரு டாக்ஸி டிரைவரா இருந்துகிட்டு உளவு பார்த்து அனுப்புற தகவல்கள் இந்திய உளவுத் துறையினர்க்கு எவ்வளவோ உதவியா இருந்திருக்கு...”

ஹென்றி தன் பழுப்பு நிறக் கண்களைச் சிமிட்டினான். “நீ மட்டும் என்னவாம்? உளவுத்துறையில் வேலை பார்த்துக்கிட்டே ஜர்னலிஸ்டா வேஷம் போட்டு ஏதாவது ஒரு தேசத்துக்கு போய்கிட்டே இருக்கியே?”

சிக்னலில் பச்சை விழ, ஹென்றி டாக்ஸியை நகர்த்தினான். ஹாரிணி பெரு மூச்சு விட்டாள்.

“ஹென்றி...! இந்தியாவுல இப்போ நிலைமை சரியில்லை. ஏகப்பட்ட பிரச்னைகள். அரசியல் தலைவர்கள் யாருக்குமே மக்களைப் பத்தின கவலையில்லை. பதவியில் இருக்கும்போதே கோடிக்கணக்கில் பணம் சம்பாதிக்க ஆசைப்படறாங்க. ஒரு குண்டூசி வாங்கற விஷயத்திலிருந்து பீரங்கி வாங்கற விஷயம் வரைக்கும் ஊழல். தன்னோட உயிர் போல காக்க வேண்டிய ராணுவ ரகசியங்களை சில கோடி டாலர்களுக்கு விற்க முயற்சி பண்ணின விமானப்படை தளபதியை கடைசி நிமிஷத்தில் கண்டுபிடிச்ச நம் ஜனாதிபதி ராத்திரியோட ராத்திரியா டிஸ்மிஸ் பண்ணி தூக்கி எறிஞ்சார். இப்படி ஒரு பச்சை துரோகம் எந்த நாட்டுல நடக்கும் நீயே சொல்லு...? இப்போ ராணுவ அமைச்சர்க்கு பி.ஏவா இருக்கிற ப்ரியநிரஞ்சன் நீ நினைக்கிற மாதிரி ‘ஹார்ம்லஸ்’ பர்சன் கிடையாது. மனுஷன் ஏதோ திட்டத்தோடுதான் மெடிக்கல் ட்ரீட்மெண்ட்ங்கிற பேர்ல நியூயார்க் புறப்பட்டு வந்திருக்கார். அவர் ஹாஸ்பிடல்ல தங்கப்போற ஒவ்வொரு நாளையும் நாம் உன்னிப்பா கண்காணிச்சாகணும்...”

“நீ கவலையேப்படாதே ஹாரிணி. நம்ம வேலையை சுலபமாக்கத்தான் நர்ஸ் மெர்லின் இருக்காளே...?”

“சரி... உன்னோட மெர்லின் ஹாஸ்பிடலில் அட்மிட்டாகியிருக்கிற ப்ரியநிரஞ்சனைப் பத்தி என்ன சொன்னா?”

"அவர்க்கு ஹார்ட்ல ஏதோ பிராப்ளம் இருக்காம். ரெண்டு இடத்துல ப்ளட் ப்ளாக்கிங். அதை சரி பண்றதுக்காக ஹாஸ்பிடல்ல இன்னும் பதினஞ்சு நாட்கள் தங்க வேண்டியிருக்காம்..."

"எனக்கென்னமோ ஹென்றி, ப்ரியநிரஞ்சன் மேல ஒரு நல்ல அபிப்பிராயமே உண்டாகலை. அவர் ஏதோ திட்டம் போட்டுக்கிட்டுத்தான் நியூயார்க்குக்கே வந்திருக்கார்."

ஹென்றி சிரித்தான். "டிப்பார்ட்மெண்ட்ல உனக்கு துப்பறியும் புலின்னு பேர் இருக்கு. பத்து பதினஞ்சு நாள் நீ இங்கே தங்கியிருக்கப்போறே. ப்ரியநிரஞ்சன் என்னதான் செய்யப்போறார்ன்னு பார்த்துடலாம்... அவர் உண்மையிலேயே ட்ரீட்மெண்ட் எடுத்துக்கத்தான் வந்திருக்காரா இல்லை ராணுவ ரகசியங்களை பேரம் பேச வந்திருக்காரான்னு எப்படியும் தெரியத்தான் போகுது."

ஹென்றி சொல்லிக் கொண்டிருக்கும் போதே ஹோம் ஃபீல் இண்டர்நேஷனல் ஹோட்டல் ஐம்பத்தொன்பது மாடிகளோடு ஒரு ராட்சஸன் மண்டி போட்டு உட்கார்ந்த சைஸில் வந்தது.

ஹோட்டலின் முகப்பு வாயிலுக்குள் டாக்ஸியை நுழைத்து கான்க்ரீட் பாதையில் செலுத்தி ஒரு பெரிய மைதானம் போன்ற போர்டிகோ பரப்புக்குள் கொண்டு போய் நிறுத்தினான், கேட்டான்.

"ஹாரிணி! நாம மறுபடியும் எப்ப மீட் பண்ணலாம்...?"

"இன்னிக்கு சாயந்தரம் ஏழு மணிக்கு..."

"எங்கே...?"

"விக்டோரியா ஆர்ட் காலரி."

"அங்கே கூட்டம் அதிகமாயிருக்குமே?"

"நமக்கு கூட்டம் கூடற இடம்தான் பேசறதுக்கு ரொம்பவும் வசதி."

“சரி, பகல் பூராவும் என்ன பண்ணப் போறே?”

“க்ளாஸ்கோ மெடிக்கல் செண்ட்டர்க்குப் போய் தலைமை டாக்டர் ப்ரௌனியை ஜர்னலிட்ங்கிற போர்வையில் பேட்டி எடுக்கப் போறேன்.”

“அதாவது ப்ரியநிரஞ்சனைக் கண்காணிக்கப் போறேன்னு சொல்லு...”

“எக்ஸாட்லி....”

டாக்ஸியை விட்டு இறங்கிய ஹாரிணி மீட்டர் பார்த்து சில டாலர் நோட்டுகளைக் கொடுத்துவிட்டு சாண்ட்லியர் விளக்குகள் இன்னமும் ஒளிர்ந்து கொண்டிருந்த வரவேற்பறையை நோக்கிப் போனாள்.

பீட்ரூட் நிறத்தில் சூட் தரித்து ஒரு புன்னகையை உதிர்த்த அந்த ரிசப்ஷனிஸ்ட் இளைஞன் பவ்யமாய் குனிந்து “எஸ்...” என்றான்.

“மிஸ் ஹாரிணி ஃப்ரம் இந்தியா. ரூம் ரிசர்வ் செய்ய முன்பே தகவல் கொடுத்துள்ளேன்.”

“மிஸ் ஹாரிணி...?”

“எஸ்...”

“கேன் யூ ஸ்பெல் த நேம்...?”

தன் பெயரில் உள்ள ஸ்பெல்லிங்கை ஹாரிணி ஒவ்வொரு எழுத்தாய்ச் சொல்லிக் கொண்டிருக்கும் போதே -

ஹோட்டலுக்கு வெளியே ‘டொம்ம்ம்’ என்று ஏதோ சத்தம் கேட்க, திடுக்கிட்டுப் போய்த் திரும்பினாள் ஹாரிணி.

‘அது என்ன சத்தம்...?’

போர்டிகோவின் முகப்புக் கதவருகே நின்றிருந்த வாட்ச் அண்ட் வார்டு ஆசாமி பதட்டத்தோடு உள்ளே ஓடி வந்தான்.

“மே... மேடம்...”

“என்ன...?”

அவனுக்கு மூச்சிரைத்தது.

“நீங்கள்.... வந்த... டாக்ஸி...”

“டாக்ஸி...?”

“ஹோட்டலை விட்டு வெளியேறி ரோட்டுக்குப் போனதும் வெடித்து சிதறி விட்டது.”

ஹாரிணியின் விழிகள் பயத்தில் உறைந்து போய் அப்படியே நின்றன.

இருதயத்துக்குள் மிகப் பெரிய இரைச்சல்.

3

ஹாரிணி கையில் இருந்த லக்கேஜ்களை வீசாத குறையாய் அப்படியே போட்டுவிட்டு ரோட்டை நோக்கி மூச்சிரைத்துக் கொண்டு ஓடினாள்.

அந்த நெடுஞ்சாலையில் இருநூறு மீட்டர் தூரத்துக்கு அப்பால் ஹென்றியின் டாக்ஸி நெருப்பு ஜ்வாலைகளோடும் கரும் புகையோடும் தெரிந்தது. ரோட்டில் போய்க் கொண்டிருந்த வாகனங்கள் வேகம் குறைந்து ஆங்காங்கே தேங்கிக் கொண்டிருந்தன.

ஹாரிணி ஓடிக் கொண்டிருக்கும் போதே பேட்ரோல் போலீஸ் கார் ஒன்று, சைரன் சத்தத்தோடு மின்னல் வேகத்தில் பாய்ந்து வந்து ரோட்டோரமாய் நிற்க இரண்டு சார்ஜெண்ட்கள் கீழே இறங்கினார்கள்.

ஒருவரின் காதில் வயர்லஸ் டெலிபோன். இரண்டு பேரும் டாக்ஸியை நோக்கி ஓட, ஹாரிணி வியர்த்து வழிந்து கொண்டு பின்தொடர்ந்தாள்.

டாக்ஸியின் சிதறிய சில பாகங்கள் ரோடு பூராவும் இறைந்து தீப்பிழம்பாய் எரிந்து கொண்டிருந்தன.

“ஹெ...ன்...றி...!”

ஹாரிணி பெரிதாய் அலறிக்கொண்டே எரிந்து கொண்டிருந்த டாக்ஸியை நோக்கிப் போக, சார்ஜெண்ட் ஒருவர் தடுத்து வியப்போடு அவளைப் பார்த்தார், கேட்டார்.

"யார்... ஹென்றி...?"

"டாக்ஸி டிரைவர்..."

"அவரை உங்களுக்குத் தெரியுமா...?"

ஹாரிணி துக்கம் அடைத்துக்கொண்ட குரலில் சொன்னாள். "சிறிது நேரத்துக்கு முன்னால்தான் நியூயார்க் விமான நிலையத்திலிருந்து இந்த டாக்ஸியில் புறப்பட்டு ஹோம் ஃபீல் ஹோட்டலுக்கு வந்தேன். நான் ஹோட்டலுக்குள் நுழைந்து ரிசப்ஷனிஸ்டிடம் பேசிக் கொண்டிருந்த விநாடியில் ஏதோ வெடிச் சத்தம் கேட்ட மாதிரி இருந்தது. ஹோட்டலின் வாட்ச் அண்ட் வார்ட் ஓடி வந்து என்னிடம் 'நீங்கள் வந்த டாக்ஸி வெடித்துச் சிதறி விட்டது' என்று சொன்னார். அதுதான் ஓடிவந்தேன்..."

சார்ஜெண்ட் கேட்டார்.

"டாக்ஸி டிரைவர் பெயர் ஹென்றி என்று சொன்னீர்கள். அவர் உங்களுக்குப் பழக்கமானவரா?"

ஹாரிணி சட்டென்று நிதானத்துக்கு வந்தாள். 'ஹென்றியும், நானும் உளவுத் துறையில் பணிபுரிவது இப்போது தெரிந்துவிடக்கூடாது.'

"அவர் எனக்கு பழக்கமானவர் அல்ல. இன்றைக்குத்தான் அவரைப் பார்க்கிறேன். நான் இந்தியாவைச் சேர்ந்தவள் என்கிற ஒரே ஒரு காரணத்துக்காக என்னிடம் மிகவும் அன்பாய் பேசினார். காலை பத்து மணி சுமார்க்கு மறுபடியும் டாக்ஸி வேண்டும்... வரமுடியுமா என்று கேட்டேன். அவசியம் வருகிறேன் என்று சொல்லிவிட்டுப் போனார். அப்படி அவர் சொல்லிவிட்டுப் போன அடுத்த சில நிமிஷங்களிலேயே இப்படி ஒரு கோரச் சம்பவம் நடந்துவிட்டது."

"நீங்கள் எதற்காக நியூயார்க் வந்திருக்கிறீர்கள்? உங்களைப் பற்றிச் சொல்லுங்கள்."

"என் பெயர் ஹாரிணி. நான் ஒரு ஜர்னலிஸ்ட். இங்கே வாழும் இந்திய மக்களின் வாழ்க்கைத் தரத்தைப் பற்றி

அலசி ஆராய்ந்து சில கட்டுரைகளை எழுதுவதற்காக வந்திருக்கிறேன்...”

“நீங்கள் நியூயார்க் வருவது இதுதான் முதல் தடவையா?”

“ஆமாம்.”

“நீங்கள் இந்தியாவில் புகழ் பெற்ற ஜர்னலிஸ்டா...?”

“அப்படியெல்லாம் இல்லை. நான் ஒரு சாதாரண ஜர்னலிஸ்ட்.”

“இங்கே உங்களுக்கு வேண்டியவர்கள் யாராவது இருக்கிறார்களா?”

“இல்லை...”

இருவருமே பேசிக் கொண்டிருக்கும் போதே மற்ற சார்ஜெண்ட் டாக்ஸி அருகே போய்ப் பார்த்துவிட்டு வந்தார்.

“பாம் ப்ளாஸ்ட்தான். காற்றில் சல்பர் நெடி. டாக்ஸியின் பாகங்கள் திசைக்கொன்றாய் சிதறியிருக்கின்றன.”

“டிரைவர்...?”

“தொண்ணூறு சதவீத கரிக்கட்டை. பாதி முகம் மட்டும் நெருப்புக்குத் தப்பியிருக்கிறது.”

ஹாரிணி பதட்டமாய்க் குறுக்கிட்டாள். கேட்டாள். “நான் பக்கத்தில் போய்ப் பார்க்கலாமா...?”

“வேண்டாம். இப்போதைக்குப் பக்கத்தில் போகாதீர்கள்.... தீயணைப்பு வண்டிகள் வந்து நெருப்பை முழுவதுமாய் அணைத்த பிறகு பக்கத்தில் போவதே உசிதமானது. இன்னும் சில நிமிஷ நேரத்திற்குள் தீயணைப்பு வண்டிகள் வந்துவிடும்.”

சார்ஜெண்ட் சொல்லிக் கொண்டிருக்கும் போதே சைரன் ஒலி எழுப்பிக் கொண்டு இரண்டு தீயணைப்பு வண்டிகள் புயல் காற்றைப் போல் சீறி வந்து டயர்களை தேய்த்துக் கொண்டு நின்றன.

தீப்பற்றிக் கொள்ளாத துணியாலான உடுப்புகளைத் தரித்திருந்த தீயணைப்புப் படை வீரர்கள் மின்னல் வேகத்தில் கீழே குதித்து செயல்பட்டார்கள்.

சோடியம் கார்பனேட் நுரை கலந்த தண்ணீர் எரிந்து கொண்டிருந்த டாக்ஸியின் மேல் அடை மழையாய் பொழியப்பட, தீயின் சீற்றம் தணிந்தது.

கார் இப்போது லேசாய் புகைந்து கொண்டு ஒரு எலும்புக்கூடு மாதிரி நிற்க, உள்ளே டிரைவிங் சீட்டில் விறைத்த நிலையில் கைகளையும், கால்களையும் நீட்டிக் கொண்டு கரிக்கட்டையாய் ஒரு உடம்பு தெரிந்தது.

ஹாரிணி கண்களில் கொப்பளித்த நீரோடு உருவத்தை நோக்கி ஓடினாள்.

"ஹெ ...ன்...றி...!"

பாதி முகம் கருகாமல் கிடந்த அந்த உருவத்தின் அருகில் போய் நின்ற ஹாரிணியை அதிர்ச்சி அலையொன்று தாக்கியது.

'அது... அது... ஹென்றி இல்லை!'

4

நியூயார்க் பொது மருத்துவமனை.

மார்ச்சுவரி அறையிலிருந்து ஹாரிணியும் நியூயார்க் சிட்டி அஸிஸ்டெண்ட் போலீஸ் கமிஷனர் ரோஜர் கேரியும் வெளிப்பட்டார்கள்.

ரோஜர் கேரி கேட்டார்.

“மிஸ் ஹாரிணி! அந்த டிரைவரின் உடலை நன்றாகப் பார்த்தீர்களா?”

“பார்த்தேன்....”

“அது ஹென்றி இல்லை...”

“நிச்சயமாக இல்லை.”

“ஆர் யூ ஷ்யூர்...?”

“செண்ட் பர்ஸன்ட் ஷ்யூர் ஸார். நான் பார்த்த ஹென்றி உங்கள் நாட்டில் டாக்ஸி ஓட்டுபவர். இந்தியாவைச் சேர்ந்தவர். ஆனால் டாக்ஸிக்குள் இறந்து கிடந்தவர் கறுப்பர் இனத்தைச் சேர்ந்தவர்.”

ரோஜர் கேரி தன் அகலமான தோள்களைக் குலுக்கினார். “நீங்கள் சொல்வது நம்பும்படியாக இல்லையே மிஸ் ஹாரிணி. ஹோம் ஃபீல் ஹோட்டலைச் சேர்ந்த வாட்ச் அண்ட் வார்ட் தியோடர் நீங்கள் பயணம் செய்து வந்து டாக்ஸி ஹோட்டலுக்குள் நுழைந்ததும் தன்னுடைய

இன்கம்மிங் வெஹிகிள்ஸ் ரிஜிஸ்டரில் டாக்ஸியின் பதிவு எண்ணைக் குறித்து வைத்திருக்கிறார். வெடிகுண்டால் சிதைந்ததும் அதே டாக்ஸிதான். சம்பவம் நடந்த இடத்தில் டாக்ஸியின் பதிவு எண் பலகைகள் கிடைத்துள்ளது. எனவே, வெடிகுண்டில் சிதைந்த டாக்ஸி நீங்கள் பயணம் செய்த டாக்ஸிதான் என்பது உறுதியாகிவிட்ட ஒன்று. ஆனால் நீங்கள் டாக்ஸிக்குள் இறந்து கிடக்கிற நபர் ஹென்றி அல்ல, வேறு யாரோ என்று சொல்கிறீர்கள். இது எப்படி சாத்தியம்?"

"எனக்கும் அதே குழப்பம்தான் ஸார். டாக்ஸி என்னை ஹோட்டல் வாசலில் இறக்கி விட்டு ரோட்டுக்குப் போன ஐந்து நிமிட நேரத்திற்குள் வெடிகுண்டு சம்பவம் நடந்திருக்கிறது. அதற்குள் எப்படி டிரைவர் மாறியிருக்க முடியும்...?"

ரோஜர் கேரி புன்னகைத்தார். "நோ ப்ராப்ளம் மிஸ் ஹாரிணி. இந்தக் குழப்பத்திற்கு இன்னும் சில நிமிஷ நேரத்திற்குள் சரியான பதில் கிடைத்துவிடும்."

"எப்படி ஸார்...?"

"நியூயார்க் நகர போக்குவரத்து போலீஸ் துறைக்கு தகவல் கொடுத்து ஹென்றி என்ற பெயரில் டிரைவர் யாராவது இருக்கிறார்களா... அப்படி இருந்தால் அந்த நபரின் முகவரி என்ன என்பதையும் கண்டுபிடித்து அந்த அட்ரஸுக்குப் போய் பார்க்கச் சொல்லியிருக்கிறேன். நாம் இப்போது போலீஸ் ஹெட்க்வார்ட்டர்ஸ் போகலாம். உங்கள் ஸ்டேட்மெண்ட் அதில் மிக மிக முக்கியமானது. உங்கள் உதவியோடுதான் இந்த வெடிகுண்டு விபத்துக்கான பின்னணி காரணத்தைக் கண்டுபிடிக்க முடியும்..."

ஹாரிணி கலவரப்பட்டுக் கொண்டே ரோஜர் கேரியோடு மெல்ல நடை போட்டாள்.

‘நியூயார்க் மண்ணில் காலடி எடுத்து வைத்ததுமே இப்படி ஓர் அதிர்ச்சி கையைக் கட்டிக்கொண்டு காத்திருக்கிறதே...!’

‘ஹென்றிக்கு என்ன நேர்ந்திருக்கும்?’

‘ராணுவ அமைச்சரின் பி.ஏ. ப்ரியநிரஞ்சனை நானும் ஹென்றியும் வேவு பார்ப்பது இங்கே இருக்கிற யார்க்கோ பிடிக்காமல் அவர்கள் நடத்திய விபரீதமா இது...?’

ரோஜர் கேரி காரில் போகும்போது கேட்டார். “டிரைவர் ஹென்றி காரில் வரும்போது என்ன பேசினான்?”

“நீங்கள் இந்தியாவா என்றான். நான் ஆமாம் என்று சொன்னதும் அவன் இந்தியாவைப் பற்றியும், அங்குள்ள மக்களின் கலாச்சாரத்தைப் பற்றியும் உயர்வாய் பேச ஆரம்பித்தான். இந்தியாவை இவ்வளவு தூரம் நேசிக்க என்ன காரணம் என்று நான் கேட்டேன். அதற்கு அவன் என் தாய் ஒரு இந்தியப் பெண், என் தந்தை ஒரு அமெரிக்கர்... என்று சொன்னான்.”

ரோஜர் கேரி புன்னகைத்தார். “இந்த விவகாரத்தில் இப்படியொரு முடிச்சு வேறு இருக்கிறதா... மிஸ் ஹாரிணி! இப்போது எனக்குள்ள ஒரு சந்தேகத்தைப் பற்றி உங்களிடம் சொல்லட்டுமா...?”

“சொல்லுங்கள்...”

“நீங்கள் சொல்கிற அந்த ஹென்றி சாதாரண டாக்ஸி டிரைவராக இருக்க முடியாது...”

ஹாரிணி உள்ளுக்குள் திடுக்கிட்டாலும், அதை வெளிக்காட்டிக் கொள்ளாமல் கேட்டாள்.

“எதனால் அப்படிச் சொல்கிறீர்கள்?”

“அவனுடைய டாக்ஸிக்குள் யாரோ வெடிகுண்டு வைத்திருக்கிறார்கள் என்றால் அவன் நிச்சயம் வேறு

ஏதாவது ஒருவகையில் முக்கியமான நபராகத்தான் இருக்க வேண்டும்."

"ஹென்றியைப் பார்த்தால் எனக்கு அப்படித் தோன்றவில்லை ஸார்..."

"நோ... யூ ஆர் ராங்க் மிஸ் ஹாரிணி. நியூயார்க்குக்கு கடந்த சில ஆண்டுகளாகவே ஒரு செல்லப் பெயர் உண்டு. இதை க்ரிமினல்ஸ் சிட்டி என்று சொல்வார்கள். உலகத்தில் உள்ள முக்கியமான கிரிமினல்கள் அடிக்கடி கூடும் சந்தையாக நியூயார்க் மாறிவிட்டது. இங்கே க்ரிமினல்கள் மட்டும் உலா வரவில்லை. பல்வேறு நாடுகளின் உளவாளிகளும் ஏதாவது ஒரு தொழிலைச் செய்து கொண்டு காரியத்தைக் கவனித்தபடி இருக்கிறார்கள். இப்படி கிரிமினல்களும், உளவாளிகளும் நியூயார்க்கில் பெருகியிருப்பதால்தான் இங்கே நிமிஷத்துக்கு ஒரு குற்றம் அரங்கேறிக் கொண்டிருக்கிறது."

ரோஜர் கேரி நியூயார்க்கைப் பற்றி ஏதேதோ சொல்லிக் கொண்டே வர, ஹாரிணி முகத்தில் எந்தவிதமான உணர்ச்சியையும் காட்டிக்கொள்ளாமல் தலையசைத்தபடி வந்தாள்.

போலீஸ் பேட்ரோல் கார் சில கிலோமீட்டர் விர்ர்ரென்று பயணம் செய்த பின் மரங்களுக்குப் பின்னால் ஒளிந்திருந்த போலீஸ் ஹெட்குவார்ட்டர்ஸுக்குள் நுழைந்து பார்க்கிங்கில் போய் நின்றது.

ரோஜர் கேரி இறங்கிக்கொண்டு நடக்க, ஹாரிணி பின்தொடர்ந்தாள்.

நியூயார்க் போலீஸ் என்ற உலோக எழுத்துக்கள் கட்டிடத்தின் உடம்பில் ஒட்டிக் கொண்டு அந்தக் காலை நேர வெய்யிலில் மினுமினுத்தது.

ஜீப்புகளும் பேட்ரோல் கார்களும் ஒரு ராணுவ ஒழுங்கோடு நிறுத்தப்பட்டிருக்க செக்யூரிட்டி காப்ஸ்

ஆங்காங்கே கைகளில் ரைஃபிள்களோடு சிலை மாதிரி நின்றிருந்தார்கள். எல்லாத் திசைகளிலும் கனமான நிசப்தம்.

ரோஜர் கேரி அந்த நீளமான வராந்தாவில் நடந்து எதிர்ப்பட்ட சார்ஜெண்டுகளின் சல்யூட்களை வாங்கிக் கொண்டு தன்னுடைய பிரத்யேகமான அறைக்குள் நுழைந்து ஹாரிணிக்கு நாற்காலியைக் காட்டிவிட்டு தானும் உட்கார்ந்த பின்னர் இண்டர்காமை உயிர்ப்பித்தார்.

கேட்டார்.

"ஹென்றியைப் பற்றி ஏதாவது தகவல் வந்ததா...?"

"வந்தது ஸார். விபரங்கள் கம்ப்யூட்டர் பிரிவுக்கு அனுப்பி பதிவு செய்யப்பட்டுள்ளது."

"இட்ஸ் ஓ.கே..." சொன்ன ரோஜர் கேரி ரிஸீவரை வைத்துவிட்டு மேஜையின் மேல் இருந்த கம்ப்யூட்டர்க்கு பார்வையைக் கொண்டு போனார்.

கம்ப்யூட்டரை உயிர்ப்பித்து விட்டு கம்யூனிகேஷன் சென்டரில் ஹென்றியைப் பற்றிக் கேட்க, சில விநாடிகளுக்குப்பின் கம்ப்யூட்டர் திரையின் இடது பக்க மூலையில் ஒரு பாஸ்போர்ட் சைஸ் போட்டோ உற்பத்தியாகி கொஞ்சம் கொஞ்சமாய் பெரிதாகி திரையின் மையத்திற்கு வந்தது.

போட்டோவுக்குக் கீழே –

பெயர்: ஹென்றி

வயது: 27

டாக்ஸி பதிவு எண்: NY-K 4578

பதிவு சான்றிதழ் எண்: 2457869

முகவரி: எண்.579, A1 இரண்டாவது தெரு, காலக்ஸி அவென்யூ.

ஹாரிணியிடம் ரோஜர் கேரி கேட்டார்.

"இவன்தானே...?"

"ஆமாம்."

ஹாரிணி தலையாட்டிக் கொண்டிருக்கும் போதே டெலிபோன் கனைத்தது.

எடுத்தார்.

"எஸ்..."

"ஸார், திஸ் ஈஸ் சார்ஜெண்ட் ஹெண்டார்ஸன். காலக்ஸி அவென்யூவிலிருந்து பேசிக் கொண்டிருக்கிறேன். ஹென்றியின் முகவரியைக் கண்டுபிடித்துவிட்டோம்."

"ஆள் கிடைத்தானா?"

"இல்லை. வீடு பூட்டியிருக்கிறது. அக்கம் பக்கம் விசாரித்ததில் அவன் ஒண்டிக்கட்டை என்பது தெரிந்தது. ரிசர்வ் டைப். யாரோடும் அதிகம் பேச்சுவார்த்தை கிடையாது. சில நேரங்களில் இரவு வேளைகளில் வெகு நேரம் வரைக்கும் விளக்கு எரிவது உண்டாம்..."

"அப்படியானால் ஹென்றி ஒரு நிழலான ஆசாமி..."

"இருக்கலாம்..."

"ஹவுஸ் ப்ரேக் ஆர்டரை இஷ்யூ செய்கிறோம். பூட்டை உடைத்து உள்ளே போங்கள். வீட்டிற்குள் ஏதாவது வித்தியாசமாகத் தென்பட்டால் எனக்குத் தகவல் கொடுங்கள்."

"எஸ்... ஸார்...."

ரோஜர் கேரி ரிஸீவரை வைத்துவிட்டு ஹாரிணியை ஏறிட்டார்.

"மிஸ் ஹாரிணி, ஹென்றியின் பூட்டிய வீட்டைத் திறந்து போலீஸார் சோதனை செய்யப் போகிறார்கள். ஹென்றி யார் என்பது தெரிந்துவிட்டால் நடந்த வெடிகுண்டு சம்பவத்துக்குக் காரணம் யார் என்று தெரிந்துவிடும்...."

ஹாரிணி தனக்குள் எழுந்த பதட்டத்தைக் காட்டிக் கொள்ளாமல் புன்னகைத்தாள்.

"ஸார்... இனி உங்கள் பாடு. ஹென்றி பாடு. என்னை இந்த விவகாரத்தில் சேர்க்காதீர்கள். நான் ஒரு ஜர்னலிஸ்ட்! என்னுடைய வேலையை முடித்துக்கொண்டு நான் பத்திரமாகத் திரும்ப வேண்டும். அந்த டாக்ஸியில் பயணம் செய்தது ஒன்றுதான் நான் செய்த தப்பு."

"டோண்ட் வொரி மிஸ் ஹாரிணி! நீங்கள் ஒரு ஸ்டேட்மெண்ட்டை எழுதிக் கொடுத்துவிட்டு போய்க் கொண்டே இருக்கலாம். தேவைப்பட்டால் மட்டுமே உங்களைத் தொடர்பு கொள்வோம்."

"தேங்க்யூ ஸார்..." சொன்ன ஹாரிணி ஒரு ஸ்டேட்மெண்ட்டை எழுதிக் கொடுத்து விட்டு போலீஸ் ஹெட்குவார்ட்டர்ஸை விட்டு வெளியே வந்து ஹோட்டலுக்குப் போக ஒரு டாக்ஸியைத் தேடிக் கொண்டிருந்த வினாடி -

தன்னுடைய வேனிடி பேக்கின் பிரத்யேக ஜிப்புக்குள் திணித்து வைத்திருந்த செல்போன் முக்கி முனகி கூப்பிட்டது.

எடுத்து இடது காதுக்குக் கொடுத்தாள்.

"எஸ்..."

"ஹாரிணியா...?" மறுமுனை தமிழில் கேட்டது.

"ஆமா..."

"துப்பறியும் வேலை பார்ப்பதற்காக மெனக்கெட்டு வந்திருக்கும் உனக்கு ஒரு முக்கியத் தலைப்புச் செய்தி சொல்லட்டுமா?"

"என்ன...?"

"உன்னோட துப்பறியும் கூட்டாளி ஹென்றி இனி உயிரோடு திரும்ப மாட்டான். அதே போல் நீயும் இந்த

நியூயார்க்கை விட்டு உயிரோடு இந்தியாவுக்குப் போக மாட்டாய். இங்கே இருக்கிற ஒவ்வொரு நிமிடமும் உனக்கு மரண கண்டம்தான்...”

ஹாரிணி திகைத்துக் கொண்டிருக்கும் போதே மறுமுனையில் டொக்கென்று பெரிய சத்தத்தோடு ரிஸீவர் வைக்கப்பட்டுவிட்டது.

5

கிளாஸ்கோ மெடிக்கல் செண்டர் பல ஏக்கர் பரப்பளவுக்கு விஸ்தாரமான கட்டிடங்களோடு தெரிய, அஸிஸ்டண்ட் போலீஸ் கமிஷனர் ரோஜர் கேரி தன் காரை உரிய இடத்தில் பார்க் செய்துவிட்டு, ஹாஸ்பிடலின் ரிசப்ஷன் கௌண்டரை நோக்கிப் போனார்.

"வெல்கம் ஸார்..." என்றபடி ஆரோக்கியமான பல் வரிசையைக் காட்டிக்கொண்டே கம்ப்யூட்டர்க்கு முன்பாய் உட்கார்ந்திருந்த அந்த ரிசப்ஷனிஸ்ட் பெண் எழுந்தாள்.

"ஒரு தகவல் வேண்டும்..." ரோஜர் கேரி தன் போலீஸ் அடையாள அட்டையை அவளிடம் காட்டிக் கொண்டே சொன்னார். அவள் பதட்டம் காட்டாமல் புன்னகைத்தாள்.

"கேளுங்கள் ஸார்..."

ரோஜர் கேரி தன் ஓவர்கோட் பாக்கெட்டிலிருந்து ஒரு சிறிய டயரியை எடுத்து அதன் பக்கங்களைப் புரட்டிக் கொண்டே சொன்னார்.

"இது ஒரு ரகசியமான என்கொய்ரி. விஷயம் வெளியே யார்க்கும் தெரியக்கூடாது."

ரிசப்ஷனிஸ்ட் ஆர்வமாய் ரோஜர் கேரியையே பார்த்துக் கொண்டிருக்க, அவர் டயரியின் ஒரு பக்கத்தைப் பிளந்து காட்டினார்.

நேற்றைய தேதியில் பால்பாயிண்ட் பேனாவால் GMC ICU 239 என்று எழுதப்பட்டிருந்தது.

கேட்டார்.

“இது என்னவென்று புரிகிறதா?”

அவள் வாங்கிப் பார்த்துவிட்டு சில விநாடி யோசனைக்குப் பின் மெல்ல புன்னகைத்தாள்.

“புரிந்து கொள்ள முடிகிறது ஸார்...”

“என்ன புரிந்தது...?”

“GMC என்பது க்ளாஸ்கோ மெடிக்கல் சென்டர் என்பதன் சுருக்கம். ICU என்பது இன்டென்ஸிவ் கேர் யூனிட் என்பதன் சுருக்கம். இந்த எண் 239 என்பது அறை எண்.”

“தட்ஸ் குட்... என்னுடைய கணிப்பும் அதுதான். நேற்றைய தேதியில் அறை எண் 239ல் யார் அனுமதிக்கப்பட்டிருக்கிறார்கள் என்று சொல்ல முடியுமா?”

“ஷ்யூர்...”

“ப்ளீஸ்...”

அவள் கம்ப்யூட்டரைக் கையாண்டாள். பேஷண்ட்ஸ் அட்மிட்டட் என்ற வார்த்தை உற்பத்தியாகி பின் மானிட்டர் திரை நீல வர்ண பின்னணியில் தகவல்களைக் கோர்த்துக் கொடுத்தது.

ICU – 239

அனுமதிக்கப்பட்ட நோயாளியின் பெயர்: ஜி.ப்ரியநிரஞ்சன்.

அனுமதிக்கப்பட்ட தேதி: ஏப்ரல் 7.

முழு முகவரி: H - 737/15 ஹாடம்ஸ் ரோடு, சென்னை, இந்தியா.

சிகிச்சைக்கான காரணம்: இருதயக் கோளாறுகள்.

உத்தேசமாய் தங்கியிருக்க வேண்டிய நாட்கள்: 15 நாட்கள்.

ரோஜர் கேரி கம்ப்யூட்டர் திரை காட்டிய விவரங்களைக் கவனமாய்ப் படித்துவிட்டு ரிசப்ஷனிஸ்ட்டிடம் கேட்டார்.

“ப்ரியநிரஞ்சனின் உடல்நிலை இப்போது எப்படி இருக்கிறது...?”

“எனக்குத் தெரியாது ஸார்...”

“அவரை நான் இப்போது பார்க்க முடியுமா?”

“டாக்டர்களிடம்தான் கேட்க வேண்டும்.”

“கேட்டுச் சொல்லுங்கள்...”

“வெயிட் ஏ மினிட் ஸார்...” சொன்னவள் ரிஸீவரை எடுத்துக்கொண்டு டயலில் சில எண்களைத் தட்டிவிட்டு சீஃப் டாக்டரிடம் பேச ஆரம்பித்தாள். ஒரு நிமிஷப் பேச்சுக்குப் பின் ரோஜர் கேரியிடம் நிமிர்ந்தாள்.

“ஸார்... சீஃப் டாக்டர் ஆர்தர்டன் உங்களைப் பார்க்க விரும்புகிறார்... இதே தளத்தில் கடைசி அறைக்குப் செல்லுங்கள். அவர் உங்களுக்காகக் காத்துக் கொண்டிருக்கிறார்...”

ஒரு தேங்க்யூவை உதிர்த்துவிட்டு வேக வேகமாய் மார்பிள் தளத்தில் நடந்து கடைசி அறைக்கு முன்பாய் நின்று கதவைத் தட்டி அனுமதி வாங்கிக் கொண்டு உள்ளே நுழைந்தார்.

டாக்டர் ஆர்தர்டன் பளீர் வழுக்கையோடு தன் இரட்டை நாடி உடம்பை ஒரு எக்ஸிக்யூடீவ் நாற்காலிக்குக் கொடுத்திருந்தார்.

“குட்மார்னிங் டாக்டர்...”

“குட்மார்னிங்... ப்ளீஸ் பி ஸீட்டட்...”

ரோஜர் கேரி உட்கார்ந்து கொண்டே தன் போலீஸ் அட்டையைக் காட்டினார். டாக்டர் வாங்கிப் பார்த்துவிட்டுக் கேட்டார்.

“ப்ரியநிரஞ்சனை நீங்கள் என்ன விஷயமாய் பார்க்க விரும்புகிறீர்கள் என்று நான் தெரிந்து கொள்ளலாமா?”

“ஒரு என்கொய்ரி...”

“அது என்னவென்று நான் தெரிந்து கொள்ளலாமா?”

“ஹென்றி என்ற ஒரு டாக்ஸி டிரைவரின் வீட்டில் இந்த டயரி கிடைத்தது. இந்த டயரியில் நிறைய சங்கேதக் குறிப்புகள். இன்றைக்கு காலை ஹென்றியின் டாக்ஸி வெடிகுண்டு விபத்துக்கு உள்ளாகி வேறு யாரோ ஒரு நபர் இறந்துவிட்டான். ஹென்றி இப்போது எங்கே என்று தெரியவில்லை. பூட்டிக்கிடந்த ஹென்றியின் வீட்டை சோதனை போட்டபோது இந்த டயரி மட்டும் கிடைத்தது. இந்த டயரியில் உள்ள பல சங்கேதக் குறியீடுகளுக்கு அர்த்தம் தெரியாவிட்டாலும், GMC ICU 239 – இந்த வார்த்தைக்கு அர்த்தம் பிடிபட்டதால் இங்கே வந்தேன். காணாமல் போன ஹென்றிக்கும், டாக்ஸியில் நடந்த வெடிகுண்டு சம்பவத்துக்கும், இங்கே ஹாஸ்பிடலில் அட்மிட் செய்யப்பட்டிருக்கும் ப்ரியநிரஞ்சனுக்கும் ஏதாவது ஒருவகையில் தொடர்பு இருக்கலாம் என்று நினைக்கிறேன். அவரை விசாரித்தால் உண்மை தெரியும். நான் ப்ரியநிரஞ்சனை சந்தித்துப் பேச நீங்கள் எனக்கு அனுமதி அளிக்க வேண்டும்...”

டாக்டர் ஆர்தர்டன் பெருமூச்சு ஒன்றை விட்டு தோள்களைக் குலுக்கினார்.

“வெரி வெரி ஸாரி...”

“ஏன்...?”

“மிஸ்டர் ப்ரியநிரஞ்சன் இனி உங்களுக்கு உதவ முடியாது...”

“காரணம்...?”

“இப்போது அவர் உயிரோடு இல்லை. கடந்த பதினைந்து நிமிடத்திற்கு முன்னால் சிவியர் ஹார்ட் அட்டாக் ஏற்பட்டு உயிர் பிரிந்துவிட்டது.”

“மை குட்னஸ்...!” ரோஜர் கேரி தன் அகலமான நெற்றியை இரண்டு கைகளாலும் பற்றிக் கொண்டார்.

டாக்டர் தொடர்ந்தார். "இப்படியொரு சம்பவம் நடக்கும் என்று எங்கள் டாக்டர் குழுவிற்குத் தெரியாது. அவர்க்கு இருந்த இருதயக் கோளாறும் அவ்வளவு கடுமையானது அல்ல. ஹார்ட்டில் லேசாய் ஒரு பல்ஜிங் இருந்தது. முக்கியமான ரத்தக் குழாயின் இரண்டு இடங்களில் அடைப்பு இருந்தது. இந்த மைனர் கோளாறுக்கெல்லாம் இங்கே இரண்டு வார காலம் தங்கியிருந்து ட்ரீட்மெண்ட் எடுத்துக் கொண்டால் போதுமானது. பட் அவர்க்கு நாங்கள் ட்ரீட்மெண்ட் ஆரம்பிப்பதற்கு முன்பாக ஒரு சிவியர் ஹார்ட் அட்டாக் ஏற்பட்டு, நாங்கள் எவ்வளவு முயற்சி செய்தும் முடியாமல் அவர் உயிர் பிரிந்துவிட்டது."

"அவர் உடலை நான் பார்க்கலாமா...?"

"தாராளமாய்... ப்ளீஸ் கம்..." டாக்டர் ஆர்தர்டன் நாற்காலியைத் தள்ளிக் கொண்டு எழுந்தார். கதவைத் திறந்து வெளிப்பட்டு வராந்தாவில் நடக்க ஆரம்பிக்க, ரோஜர் கேரி பின்தொடர்ந்தார்.

"டாக்டர்..."

"சொல்லுங்கள்..."

"ப்ரியநிரஞ்சன் ஒரு தொழில் அதிபரா... இல்லை ஏதாவது பணியில் இருப்பவரா...?"

"ஓ...! உங்களிடம் அதைப்பற்றி சொல்லவில்லை. அவர் இந்திய அரசாங்கத்தின் ஒரு பொறுப்பான பதவியில் இருப்பவர். அதாவது ராணுவ அமைச்சர்க்கு பி.ஏ. இந்தப் பொறுப்பில் அவர் கடந்த ஐந்து வருஷ காலமாய் இருந்திருக்கிறார்."

"மிகவும் உயர்வான பதவிதான். இப்படி ஒரு பொறுப்பான பதவியில் இருப்பவர்க்கும் அந்த டாக்ஸி டிரைவர் ஹென்றிக்கும் என்ன தொடர்பு இருந்திருக்க முடியும் என்று என்னால் அனுமானிக்க முடியவில்லை... பை த பை... டாக்டர்... இந்த ராணுவ மந்திரியின் பி.ஏ. ப்ரியநிரஞ்சன் தன் ஃபேமிலியோடு இங்கே வந்திருக்கிறாரா?"

“அவர் மனைவி வந்திருக்கிறார்.”

இருவரும் அந்த தளத்தை முடித்துக் கொண்டு கட்டிடத்தின் கோடியில் இருந்த குளிர்பதன அறைக்குள் நுழைந்தார்கள். டாக்டர் ஆர்தர்டன் சொன்னார்.

“இந்தியா போய் சேர்கிற வரைக்கும் பாடி கெட்டுப்போகாமல் தாக்குபிடிக்க வேண்டும் என்பதற்காக ப்ரியநிரஞ்சனின் உடல் இங்கே சில ரசாயன சங்கதிகளால் பதப்படுத்த வேண்டியுள்ளது. அதற்கான முதல் கட்டம்தான் இந்த குளிர்பதன அறை...”

மேலும் இரண்டு அறைகளைத் தாண்டி உள்ளே போனதும் –

ஒரு நீளமான கண்ணாடித் தொட்டி தெரிய, அதற்குள் ப்ரியநிரஞ்சனின் உடல் கிடத்தப்பட்டு இருந்தது. கண்ணாடித் தொட்டிக்குப் பக்கத்தில் இரண்டு டாக்டர்கள் ஏதோ வேலையாய் தெரிந்தார்கள்.

ரோஜர் கேரி சற்றே கனமான மனத்தோடு ப்ரியநிரஞ்சனின் உடலை சில விநாடி நேரம் பார்த்துக் கொண்டிருந்துவிட்டு டாக்டர் ஆர்தர்டனிடம் கேட்டார்.

“இவருடைய மனைவி எங்கே?”

“பக்கத்து அறையில் உட்கார்த்தி வைக்கப்பட்டிருக்கிறார். கணவர் இறந்த அதிர்ச்சியிலிருந்து அவர் மீள இன்னும் சில மணி நேரங்களாவது ஆகும்.”

“நான் அவர்களைப் பார்க்கலாமா...?”

“வாருங்கள்.”

டாக்டர் ஆர்தர்டன் ரோஜர் கேரியைப் பக்கத்து அறைக்கு கூட்டிக்கொண்டு போனார்.

அழுது அழுது வீங்கிய முகத்தோடு நாற்காலிக்கு சாய்ந்து உட்கார்ந்திருந்த அந்த நாற்பது வயதுப் பெண், டாக்டரையும், ரோஜர் கேரியையும் பார்த்ததும் தயக்கமாய் எழுந்து நின்றாள்.

டாக்டர் சொன்னார்.

"மிஸஸ் வசுந்தரா...! இவர் போலீஸ்துறையைத் சேர்ந்தவர். உங்கள் கணவரைப்பற்றி விசாரிக்க வந்திருக்கிறார்."

அந்த வசுந்தரா ஈரமான கண்களோடு ரோஜர் கேரியை ஏறிட்டுப் பார்க்க, அவர் கேட்டார்.

"மேடம்! இந்த நியூயார்க்கில் உங்களுக்குத் தெரிந்தவர்கள் யாராவது இருக்கிறார்களா?"

"இந்திய ஹை கமிஷனர் குர்ஷியா மட்டுமே தெரிந்தவர்."

"வேறு யாரையும் தெரியாதா?"

"தெரியாது..."

"ஹென்றி என்கிற டாக்ஸி டிரைவரை?"

"தெரியாது..."

"அந்த ஹென்றி தன்னுடைய சிறிய பாக்கெட் டயரியில் உங்கள் கணவரைப் பற்றி மறைமுகமாக சில குறிப்புகள் எழுதி வைத்துள்ளான். ராணுவ அமைச்சர்க்கு பி.ஏ. என்கிற உயர் பதவியில் இருக்கிற உங்கள் கணவர்க்கும் ஒரு டாக்ஸி டிரைவர்க்கும் அதுவும் நியூயார்க்கில் இருக்கும் ஒரு டாக்ஸி டிரைவர்க்கும் ஏதோ ஒரு வகையில் தொடர்பு இருக்கப் போய்த்தான் அந்த டிரைவர் தன் டயரியில் உங்கள் கணவரைப் பற்றி எழுதி வைத்திருக்கிறான்."

வசுந்தரா தலையை அசைத்தாள். "நீங்கள் சொல்கிற டாக்ஸி டிரைவரைப்பற்றி எனக்குத் தெரியாது. என் கணவர்க்கும் தெரிந்திருக்க வாய்ப்பில்லை. அப்படி அவர்க்குத் தெரிந்திருந்தால் நிச்சயம் அந்த டாக்ஸி டிரைவரைப் பற்றி என் கணவர் என்னிடம் சொல்லியிருப்பார்."

"உங்கள் கணவர் ஹாஸ்பிடலில் நேற்றுதான் அனுமதிக்கப்பட்டார் இல்லையா...?"

“ஆமாம்...”

“அவரைப் பார்க்க யார்யார் வந்தார்கள்...?”

“யாரும் வரவில்லை. இங்கே இருக்கும் இந்தியக் கமிஷனர் குர்ஷியா மட்டும் டெலிபோன் செய்து நலம் விசாரித்தார்.” வசுந்தரா சொல்லிக் கொண்டிருக்கும் போதே ரோஜர் கேரின் ஓவர்கோட்டுக்குள் பதுங்கியிருந்த செல்போன் எலக்ட்ரானிக்கலாய் அழுது கூப்பிட்டது.

போனை எடுத்து இடது காதுக்குப் பொருத்தினார்.

“எஸ்...”

“ஸார்... திஸ் ஈஸ் போலீஸ் ஹெட்க்வார்ட்டர்ஸ்...”

“என்ன... ஏதாவது தகவல் உண்டா...?”

“ஸார்... அந்த டாக்ஸி டிரைவர் ஹென்றி கிடைத்துவிட்டான்...”

6

நியூயார்க் பொது மருத்துவமனைக்குள் காரை நுழைத்து நிறுத்திவிட்டு வேக வேகமாய் உள்ளே போன ரோஜர் கேரியை சார்ஜெண்ட் ஒருவர் சல்யூட்டோடு எதிர்கொண்டார்.

கேட்டார்.

"ஹென்றிக்கு இப்போது உடல்நிலை எப்படியிருக்கிறது?"

"உயிர் பிழைக்க வாய்ப்புகள் மிக மிகக் குறைவு ஸார். உயிர் பிரிவதற்கு முன்பு ஏதாவது ஒரு நிமிஷத்தில் நினைவு திரும்பி ஏதாவது பேசக்கூடும் என்று டாக்டர் சொல்லியிருக்கிறார்."

இருவரும் நடந்தார்கள்.

"ஹென்றி, எப்படி, எங்கே, எந்த நிலைமையில் கிடைத்தான்?"

"அரைமணி நேரத்திற்கு முன்பு விண்டர்ஸன் ஏரியாவில் ஒரு ஒதுக்குப்புறமான இடத்தில் கழிவுப் பொருள்களைக் கொட்டி வைக்கும் ஒரு தொட்டிக்குப் பக்கத்தில் கத்திக்குத்துக் காயங்களோடு விழுந்து கிடந்தான். குப்பைகளை எடுக்கப் போன லாரி டிரைவர் ஒருவன்தான் ஹென்றியைப் பார்த்துவிட்டு தகவல் கொடுத்திருக்கிறான்."

"இதுவரைக்கும் ஹென்றி வாயைத் திறந்து ஒரு வார்த்தை கூட பேசவில்லையா?"

“ஒரே ஒரு வார்த்தை மட்டும் பேசியதாக டாக்டர் சொன்னார்...”

“என்ன வார்த்தை அது...?”

“ஹாரிணி...”

நடந்து கொணிடிருந்த ரோஜர் கேரி நின்றார்.

“ஹாரிணியா...?”

“இது டாக்ஸியில் பயணம் செய்த அந்த இந்தியப் பெண்ணின் பெயர் அல்லவா...?”

“அப்படியானால் அந்தப் பெண்ணுக்கும், டாக்ஸி டிரைவர் ஹென்றிக்கும் ஏதோ ஒரு தொடர்பு இருக்கிறது ஸார்...”

“அந்தப் பெண்ணை விசாரித்தபோது அவள் அப்படிச் சொல்லவில்லையே?”

“பொய் சொல்லியிருக்கலாம்.”

ரோஜர் கேரி வியர்த்துப்போன நெற்றியோடு கர்ச்சீப்பால் ஒற்றிக்கொண்டு அவஸ்தையாய் பெருமூச்சு விட்டார்.

“இன்றைக்குக் காலை எனக்கு விடிந்த நேரமே சரியில்லை. எல்லாமே குழப்பமான சம்பவங்கள். ஒன்றுக்கொன்று தொடர்பில்லாதவை. ஹென்றியின் டாக்ஸி வெடிகுண்டால் தகர்க்கப்பட்டிருக்கிறது. டாக்ஸியில் இறந்துகிடந்த நபர் வேறு யாரோ. இந்த அமளிக்கு மத்தியில் இங்கே ட்ரீட்மெண்ட் எடுப்பதற்காக க்ளாஸ்கோ ஹாஸ்பிடலில் சேர்க்கப்பட்டிருந்த ராணுவ மந்திரியின் பி.ஏ. ப்ரியநிரஞ்சன் ஹார்ட் அட்டாக்கில் இறந்து போயிருக்கிறார். இப்போது ஹென்றி கத்திக்குத்துக் காயங்களோடு. நடக்கிற சம்பவங்களுக்கு பின்னணி என்ன என்பது தெரியவில்லை.”

சார்ஜெண்ட் கேட்டார்.

“ஸார்... அந்த ஹாரிணி எந்த ஹோட்டலில் இப்போது தங்கியிருக்கிறாள் என்பதைச் சொன்னால் நான் போய்

அழைத்து வருகிறேன். ஹென்றிக்கு நினைவு திரும்பி பேசும்போது ஹாரிணியும் பக்கத்தில் இருப்பது நல்லது.”

“ஹாரிணி இப்போது ஹோம் ஃபீல் இண்டர்நேஷனல் ஹோட்டலில் தங்கியிருக்கிறாள். அவளை டெலிபோனில் கூப்பிட்டு விஷயத்தைச் சொன்னால் போதும். அவளே இங்கு வந்துவிடுவாள்.” சொன்ன ரோஜர் கேரி தன் செல்போனில் ஹோம் ஃபீல் ஹோட்டலின் எண்களைத் தட்ட, மறுமுனையில் ரிங் போய் ரிஸீவர் எடுக்கப்பட்டது.

“ஹலோ... திஸ் ஈஸ் ஹோம் ஃபீல் இண்டர்நேஷனல்.”

“கெட் மீ த லைன் மிஸ் ஹாரிணி ஃப்ரம் இந்தியா...?”

“ஹூ ஈஸ் ஸ்பீக்கிங்...?”

“அஸிஸ்டெண்ட் போலீஸ் கமிஷனர்...”

“ஒன் மினிட் ஸார்...”

ரோஜர் கேரி காத்திருந்தார். ஒரு நிமிஷ நேரத்திற்குப் பிறகு அந்த ரிசப்ஷனிஸ்ட் குரல் கேட்டது.

“ஸார்... மிஸ் ஹாரிணியின் அறைக்குள் டெலிபோன் மணி ஒலிக்கும் சத்தம் கேட்டுக்கொண்டே இருக்கிறது. ஆனால் அவர் ரிஸீவரை எடுக்கவில்லை.”

“குளியலறைக்குள் இருக்கலாம்...”

“குளியலறைக்குள்ளும் டெலிபோன் இணைப்பு இருக்கிறது ஸார்...”

“பின்னே... ஏன் ரிஸீவரை அந்தப் பெண் ஹாரிணி எடுக்கவில்லை...?”

“தெரியவில்லை ஸார்...”

“ஹாரிணி அறைக்குள் இருப்பது உண்மைதானே?”

“உண்மைதான் ஸார்! இவ்வளவு நேரம் டெலிபோன் ஒலித்தும் மிஸ் ஹாரிணி ரிஸீவரை எடுக்காததால் அவர்க்கு

ஏதாவது விபரீதமாய் நேர்ந்திருக்கலாமென்று என் மனதுக்குப்படுகிறது ஸார்...”

“சரி... இப்போது உங்கள் ஹோட்டலுக்கு சார்ஜெண்ட் ஒருத்தரை அனுப்பி வைக்கிறேன். ஹாரிணி தங்கியிருக்கும் அறைக் கதவின் லாக்கை உடைத்து உள்ளே போய்ப் பாருங்கள்.”

ரோஜர் கேரி சொல்லிவிட்டு செல்போனை அணைத்தபடியே தனக்குப் பக்கத்தில் நின்றிருந்த சார்ஜெண்டை ஏறிட்டார்.

“மறுபடியும் குழப்பம் ஆரம்பமாகிவிட்டது. டாக்ஸியில் வந்த அந்தப் பெண் ஹாரிணிக்கு ஹோட்டல் அறையில் ஏதோ ஆபத்து ஏற்பட்டிருக்கிறது. போய்ப் பார்த்து விஷயம் என்ன என்பதை தெரிந்து கொண்டு எனக்கு போன் செய்யுங்கள். நான் இந்த டாக்ஸி டிரைவர் ஹென்றி விவகாரத்தைப் பார்த்துக் கொள்கிறேன்...”

“எஸ்... ஸார்...”

சார்ஜெண்ட் சல்யூட் ஒன்றைக் கொடுத்துவிட்டு வேகவேகமாய் ஹாஸ்பிடலின் வாசலை நோக்கிப் போக, ரோஜர் கேரி ஐ.ஸி.யூனிட்டை நோக்கிப் போனார்.

யூனிட்டுக்குள் நுழைய நுழைய டாக்டர் ஒருவர் எதிர்ப்பட்டார்.

“தேங்க் காட்... உங்களைப் பார்க்கத்தான் வந்து கொண்டிருந்தேன். அந்த டாக்ஸி டிரைவர்க்கு நினைவு திரும்பி வந்துவிட்டது. ஏதோ பேச முயற்சி செய்கிறார். வந்து பாருங்கள்...”

ரோஜர் கேரி டாக்டர்க்குப் பின்னால் வேகவேகமாய்ப் போனார்.

7

ஹோராம் ஃபீல் இண்டர்ஷேனல் ஹோட்டல்.

போலீஸ் சார்ஜெண்ட், ஹோட்டல் போய்ச் சேர்ந்தபோது அந்த ஹோட்டலின் மானேஜர் பதட்டமாய் வியர்த்துக் கொண்டு இருந்தார்.

சார்ஜெண்ட் கேட்டார்.

"என்ன ஹாரிணி டெலிபோனை எடுத்தாரா?"

"இல்லை... இண்டர்காம் செய்து பார்த்தும் களைத்துவிட்டோம். இனி அறையின் லாக் சிஸ்டத்தை உடைக்க வேண்டியதுதான் பாக்கி. நீங்களும் வந்துவிட்டால் லாக்கை உடைத்துப் பார்க்கலாம் என்றுதான் காத்துக் கொண்டிருக்கிறோம்..."

"வாருங்கள்... போய்ப் பார்க்கலாம்."

மானேஜரும் சார்ஜெண்ட்டும் லிஃப்ட்டில் பயணித்து ஹாரிணி தங்கியிருந்த அறைக்கு முன்பாய் போய் நின்றார்கள்.

மானேஜர் தன் கையில் வைத்திருந்த லாக் பிரேக்கிங் இன்ஸ்ட்ருமெண்ட்டை உபயோகப்படுத்தி ஐந்தே நிமிஷங்களில் கதவுக்கு எந்த சேதமும் இல்லாமல் லாக்கை செயலிழக்கவைத்து கதவைத் தள்ளினார்.

கதவு உள்ளே போயிற்று.

அறைக்குள் இருவரும் தயக்கமாய் நுழைந்து ஒரு பயப் பார்வையோடு எட்டிப் பார்த்தார்கள்.

ஹாரிணி அறையில் இல்லை. ஏர்க்கண்டிஷனர் மட்டும் ரீங்காரத்தோடு இயங்கிக் கொண்டிருந்தது.

சார்ஜெண்ட் மெல்ல நடந்து போய் குளியலறைக் கதவின் மேல் கையை வைத்துத் தள்ள, அது சத்தம் இல்லாமல் பின்வாங்கியது.

உள்ளே –

பாத்டப்பில் ஹாரிணி விழுந்து கிடந்தாள். மார்பு வரைக்கும் ஏற்றிக்கட்டிய டவல். தண்ணீர் இல்லாத பாத்டப்புக்குள் ஒருக்களித்து விழுந்து கண்களை மூடியிருந்தாள். லேசாய் பிளந்த வாய்.

குளியலறைக்குள் மண்டியிருந்த காற்றில் ஏதோ மருந்து நெடி.

சார்ஜெண்ட் வேகவேகமாய் பாத்டப்பை நெருங்கி ஹாரிணியின் நாசியருகே கை வைத்துப் பார்த்தார். மூச்சுக் காற்று பலஹீனமாய் வெளிப்பட்டுக் கொண்டிருந்தது.

"உடனடியாய் ஒரு டாக்டர் வேண்டும்" சார்ஜெண்ட் சொல்ல, மானேஜர் டெலிபோனுக்குப் பாய்ந்து இண்டர்காமில் ஒரு டாக்டரை தொடர்பு கொள்ள, பத்தாவது நிமிடம் பரங்கிப்பழ நிறத்தில் டாக்டர் ஒருவர் அறைக்குள் நுழைந்தார்.

பாத்டப்புக்குள் விழுந்து கிடந்த ஹாரிணியை தூக்கி வந்து கட்டிலில் கிடத்தியபின் டாக்டர் அவளைப் பரிசோதித்துவிட்டு மானேஜரை ஏறிட்டார்.

"ஏதோ ஒரு விஷ வாயுவை சுவாசிக்கப்போய் இந்தப் பெண் இப்படியொரு ஆழ்ந்த மயக்க நிலைக்குப் போயிருக்கிறாள்."

"உயிர்க்கு எந்த ஆபத்தும் இல்லையே?"

"ஆபத்து இல்லை. ஒரு இஞ்செக்ஷன் போட்டால் உடனடியாய் நினைவுக்குத் திரும்பிவிடுவாள்." சொன்ன

டாக்டர் மெடிக்கல் கிட்டைத் திறந்து ஒரு சிறிய பாட்டிலில் இருக்கும் மருந்தை ஸிரிஞ்சில் ஏற்றி தோள்பட்டை வழியாக இஞ்செக்ஷன் கொடுத்தார்.

சரியாய் இரண்டு நிமிஷங்கள்.

ஹாரிணி மெல்ல கண் விழித்தாள். தன்னைச் சுற்றி நின்றிருப்பவர்களைப் பார்த்ததும் பதட்டமாய் எழ முயல, சார்ஜெண்ட் கையமர்த்தினார்.

"மிஸ் ஹாரிணி! பயப்படாதீர்கள். உங்களுக்கு எந்த ஆபத்தும் இல்லை. ரிலாக்ஸ்..."

ஹாரிணி தன் நெற்றியைப் பிடித்துக் கொண்டு மெல்ல எழுந்து உட்கார்ந்தவள் அந்த அறையைச் சுற்றும் முற்றும் பார்த்தாள்.

"அந்த நபரைப் பிடித்துவிட்டீர்களா?"

எல்லோரும் விழித்தார்கள்.

"நீங்கள் யாரைச் சொல்கிறீர்கள்...?" ஹோட்டல் மானேஜர் கேட்டார்.

ஹாரிணி குளியலறைப் பக்கம் கை காட்டினாள். "நான் குளிப்பதற்காக குளியல் அறைக்குள் நுழைந்தபோது அறையின் வெளிப்பக்க சன்ஷேடில் யாரோ நின்று கொண்டு பாதி திறந்த கண்ணாடி வெண்டிலேட்டர் வழியாக ஸ்பிரேயர் வைத்து எதையோ பீய்ச்சி அடித்தார்கள். நான் வாயைத் திறந்து சத்தம் போடுவதற்குள் என் தலை கிறுகிறுக்க ஆரம்பித்துவிட்டது. அப்படியே பாத்டப்புக்குள் மடங்கி உட்கார்ந்தேன். அது வரைக்கும்தான் எனக்கு ஞாபகம் இருந்தது. இப்போது கண் விழித்துப் பார்க்கும் போது உங்கள் எல்லோரையும் பார்க்கிறேன்."

சார்ஜெண்ட் படபடத்தார்.

"சன்ஷேடில் நின்று கொண்டு உங்கள் மேல் ஸ்பிரேயரை உபயோகித்த நபரை நீங்கள் பார்த்தீர்களா?"

“முகத்தைப் பார்க்க முடியவில்லை. அந்த நபரின் மார்புப்பகுதியை மட்டும்தான் பார்க்க முடிந்தது. அது யாரென்று பார்ப்பதற்கு முன்பே என் முகத்திற்கு நேராக எதுவோ புகை மாதிரி பீய்ச்சி அடிக்கப்பட்டது.”

சார்ஜெண்ட் குளியலறைக்குள் நுழைந்து ஸ்லைடிங் க்ளாஸ் வெண்டிலேட்டர் வழியே அண்ணாந்து பார்த்தார். சன்ஷேடு ஒன்று நீட்டிக் கொண்டு தெரிந்தது. பக்கத்தில் வந்து நின்ற மானேஜரிடம் கேட்டார்.

“இந்த சன்ஷேடில் ஒருவன் வர வேண்டுமென்றால் அவனுக்கு எப்படி வழி...?”

“இது ஹோட்டலின் பின்பக்கச் சுவர். எல்லாக் குளியலறைகளின் ட்ரெய்னேஜ்க் குழாய்களும் இந்த சுவரோடு பதிக்கப்பட்டுத்தான் பாதாள சாக்கடையோடு இணைக்கப்பட்டுள்ளது. சன்ஷேடில் ஒருவன் காலை வைக்க வேண்டுமென்றால் ட்ரெய்னேஜ் குழாயைப் பற்றிக் கொண்டுதான் மேலே வந்திருக்க வேண்டும். ஹோட்டலின் பின்பக்கம் எந்தவிதமான செக்யூரிட்டியும் இல்லாத காரணத்தால் அவன் சுலபமாய் மேலே ஏறி வந்திருக்கிறான்.”

“இந்த பகல் வேளையில் ட்ரெய்னேஜ் குழாயைப் பற்றிக்கொண்டு ஒருவன் மேலே ஏறி வந்திருக்கிறான் என்றால் உண்மையிலேயே அவன் கை தேர்ந்த ஒரு கிரிமினலாகத்தான் இருக்க வேண்டும்...”

சார்ஜெண்ட் மறுபடியும் ஹாரிணியிடம் வந்தார்.

“நீங்கள் நியூயார்க்குக்கு வந்து சில மணி நேரங்கள் கூட ஆகவில்லை. அதற்குள் உங்கள் மேல் விஷவாயுவைப் பிரயோகித்து உங்களைக் கொலை செய்ய முயற்சி நடந்துள்ளது. இதற்குக் காரணம் என்னவாக இருக்கும் என்று நினைக்கிறீர்கள்...?”

“தெரியவில்லை. நான் ஒரு ஜர்னலிஸ்ட். என் மேல் யார்க்கு இங்கே என்ன கோபம் என்ன பகை என்று தெரியவில்லை...”

சார்ஜெண்ட் ஹாரிணியை சில விநாடிகள் வரைக்கும் உற்றுப் பார்த்துக் கொண்டிருந்துவிட்டு மெல்லிய குரலில் கேட்டார்.

"மிஸ் ஹாரிணி! உண்மையிலேயே உங்களுக்கும் டாக்ஸி டிரைவர் ஹென்றிக்கும் என்ன தொடர்பு...?"

"ஒரு தொடர்பும் இல்லை. அவர் ஒரு டாக்ஸி டிரைவர். நான் அவருடைய டாக்ஸியில் வந்த பாஸஞ்சர் அவ்வளவுதான்..."

"நோ... நோ... சர்ட்டன்லி நாட்... உங்களுக்கும் டாக்ஸி டிரைவர் ஹென்றிக்கும் ஏதோ ஒரு வகையில் நெருக்கம் இருக்கிறது. அப்படியொரு நெருக்கம் இருக்கப்போய்த்தான் ஹென்றி சுயநினைவு இல்லாத போதும்கூட உங்கள் பெயரான ஹாரிணியை உச்சரித்துக் கொண்டிருக்கிறான்..."

ஹாரிணி வியப்பில் தன் விழிகளை விரித்துக்கொண்டு கேட்டாள்.

"காணாமல் போன ஹென்றி கிடைத்துவிட்டாரா...?"

"கத்திக்குத்துக் காயங்களோடு உயிர்க்கு ஆபத்தான நிலையில் கிடைத்திருக்கிறார். இன்னமும் சுய நினைவு திரும்பாத நிலைமையில் உங்கள் பெயரைத்தான் உச்சரித்துக் கொண்டிருக்கிறார். ஒரு டாக்ஸி டிரைவர் இவ்வளவு உரிமையோடு உங்கள் பெயரைச் சொல்லிக் கொண்டிருக்கிறார் என்றால் உங்களுக்குள் ஏற்கெனவே பழக்கம் இருந்திருக்க வேண்டும்."

"அது வந்து... வந்து..."

"உங்களுக்கு இன்னொரு தகவலையும் சொல்லிவிடுகிறேன். உங்கள் நாட்டின் ராணுவ அமைச்சரின் பி.ஏ. மிஸ்டர் ப்ரியநிரஞ்சன் தன் இருதயக் கோளாறுகளுக்காக ட்ரீட்மெண்ட் எடுக்க இங்கே இருக்கிற க்ளாஸ்கோ ஹாஸ்பிடலில் அட்மிட் செய்யப்பட்டிருந்தார். அவர்க்கு முறையான ட்ரீட்மெண்ட் கொடுப்பதற்கு

முன்பாகவே சிவியர் ஹார்ட் அட்டாக் ஏற்பட்டு சில மணி நேரத்துக்கு முன்பு இறந்துவிட்டார்.”

ஹாரிணியின் விழிகள் வியப்பில் மேலும் உறைந்து போக, சார்ஜெண்ட் தொடர்ந்தார்.

“டாக்ஸி டிரைவர் ஹென்றியின் வீட்டை சோதனை செய்தபோது அங்கே கிடைத்த ஹென்றியின் சிறிய டைரியில் ப்ரியநிரஞ்சன் க்ளாஸ்கோ ஹாஸ்பிடலில் சேர்க்கப்பட்டிருக்கிற விபரம் மறைமுகமாக எழுதப் பட்டிருக்கிறது. இப்போது நடந்த எல்லா சம்பவங்களையும் வைத்துப் பார்க்கும்போது உங்கள் மூன்று பேர்க்கும் - அதாவது ப்ரியநிரஞ்சன், ஹென்றி, நீங்கள் - ஏதோ ஒரு தொடர்பு இருப்பதும், எல்லாவற்றுக்கும் மேலாக உங்கள் மூன்று பேர்க்கும் வேண்டாத எதிரிகள் இந்த நியூயார்க்கில் இருப்பதும் தெரிய வருகிறது. இப்போதே நீங்கள் போலீஸிடம் உண்மைகளை மறைக்காமல் சொல்லிவிட்டால் நியூயார்க் போலீஸ் குற்றவாளிகளை உடனடியாய் கண்டுபிடித்து விடுவார்கள். இல்லாவிட்டால் இது மாதிரியான ஆபத்துக்கள் உங்களைத் தொடர்ந்து கொண்டுதான் இருக்கும். எல்லா நேரங்களிலும் நாங்கள் உங்களைக் காப்பாற்றிக் கொண்டிருக்க முடியாது.”

ஹாரிணி பயத்தோடு தலையசைத்தாள். “ஸார்! நான் உண்மையைச் சொல்லி விடுகிறேன்...”

“சொல்லுங்கள்...”

8

ஹென்றிக்கு நினைவு திரும்பி மலங்க மலங்க விழித்துக் கொண்டிருக்க, ரோஜர் கேரி பக்கத்தில் போய் குனிந்தார்.

"ஹென்றி..."

"..........."

"நான் அஸிஸ்டெண்ட் போலீஸ் கமிஷனர். உனக்கு என்ன நேர்ந்தது என்கிற உண்மையை நீ சொன்னால்தான் குற்றவாளிகளைக் கண்டுபிடிக்க முடியும்."

"ஸார்" கூப்பிட்டுக் கொண்டே திணறலாய் கை உயர்த்தினான் ஹென்றி. "ஹாரிணி உயிர்க்கு ஆபத்து. அந்தப் பெண்ணைக் காப்பாற்றுங்கள்..."

"ஹாரிணி என்பது உன் டாக்ஸியில் பயணம் செய்த பெண்தானே...?"

"ஆமாம்... ஹோம் ஃபீல் ஹோட்டலில் இப்போது தங்கியிருக்கிறாள்."

"அந்தப் பெண்ணைப் பற்றிக் கவலைப்படாதே. முதலில் நான் கேட்கிற கேள்விகளுக்கு நீ உண்மையான பதில்களைச் சொல். உன்னை இப்படி கத்தியால் குத்தியது யார்?"

"யார் என்று தெரியவில்லை... ஹாரிணியை ஹோட்டலில் விட்டுவிட்டு நான் டாக்ஸியில் திரும்பிக் கொண்டிருந்தேன்.

என் டாக்ஸியை வேன் ஒன்று வழிமறித்தது. வேனில் இருந்த நான்கு பேர் கீழே இறங்கி என்னை டாக்ஸியிலிருந்து இறக்கி துப்பாக்கி முனையில் மிரட்டி வேனில் ஏற்றிக் கொண்டார்கள். ஒருவன் என் டாக்ஸியை ஓட்டிப் போக ஆரம்பித்தான். ஆனால் அடுத்த சில விநாடிகளிலேயே என் கண் முன்னாலேயே டாக்ஸி வெடித்துச் சிதறியது.”

“வெடிக்கக் காரணம்...?”

“தெரியவில்லை...”

“சரி... அதற்குப்பிறகு உன்னை அவர்கள் எங்கே கொண்டு போனார்கள்...?”

“எந்த ஒரு குறிப்பிட்ட இடத்துக்கும் கொண்டு போகவில்லை.”

“பின்னே...?”

“வேனில் போகும்போதே என்னை சித்ரவதை செய்து விசாரிக்க ஆரம்பித்து விட்டார்கள்.”

“என்ன விசாரித்தார்கள்...?”

திணறி திணறி பேசிக் கொண்டிருந்த ஹென்றி இப்போது பேச்சை சில விநாடிகள் நிறுத்திவிட்டு ரோஜர் கேரியையே பார்த்தான்.

“சொல் ஹென்றி... எதுக்காக உன்னை சித்ரவதை செய்து எந்த விஷயத்தைத் தெரிந்து கொள்வதற்காக முயற்சி செய்தார்கள்...?”

“அது... வந்து... வந்து...”

“ம்... சொல்! நீ சொல்லப் போகும் விஷயத்தை வைத்துக் கொண்டுதான் ஹாரிணியையும் காப்பாற்றி, கொலையாளிகளையும் கண்டுபிடிக்க வேண்டும்...”

ஹென்றி மெலிதாய் விக்கிவிட்டு மூச்சிரைப்போடு பேச ஆரம்பித்தான்.

“ஸார்... நானும் ஹாரிணியும் இந்திய - உளவுப்படையைச் சேர்ந்தவர்கள். இந்தியாவிலிருந்து நியூயார்க்குக்கு வரும்

அரசியல்வாதிகளையும், பெரிய பணக்காரர்களையும் கண்காணித்து அவர்கள் இந்திய நாட்டுக்கு விசுவாசமாய் இருக்கிறார்களா என்று பார்த்து ரிப்போர்ட் அனுப்புவது என் வேலை. ஹாரிணியும் இந்திய உளவுப் படையில் இருந்து கொண்டே ஜர்னலிஸ்ட் என்னும் போர்வையில் வெளிநாடுகளுக்குப் போய் அங்கே உள்ள இந்தியர்களைக் கண்காணிப்பது வழக்கம். இரண்டு நாட்களுக்கு முன்னால் இங்கே நியூயார்க்கிற்கு ராணுவ மந்திரியின் பி.ஏ. ப்ரியநிரஞ்சன் தன் இருதயக் கோளாறு காரணமாக ட்ரீட்மெண்டுக்காக வந்தார். இந்திய அரசாங்கத்துக்கு அவர் மேல் லேசாய் ஒரு சந்தேகம். ப்ரியநிரஞ்சன் உண்மையிலேயே ஹார்ட் ட்ரீட்மெண்டுக்காகத்தான் நியூயார்க் வந்திருக்கிறாரா இல்லை ராணுவ ரகசியங்களை விற்பதற்காக வந்திருக்கிறாரா என்று சந்தேகப்பட்ட இந்திய உளவுப்படை எனக்குத் தகவல் அனுப்பிவிட்டு எனக்கு உதவியாக ஜர்னலிஸ்ட் போர்வையில் ஹாரிணியையும் அனுப்பிவைத்தது. ஹாரிணி இன்றைக்குத்தான் சில மணி நேரத்திற்கு முன்பாய்தான் நியூயார்க் வந்தாள். வந்ததும் வராததுமாய் மளமளவென்று விபரீதங்கள் நேர்ந்து விட்டன. எனக்கு நேர்ந்த இந்தக் கதி ஹாரிணிக்கும் நேரலாம். தயவு செய்து அவளுக்கு பாதுகாப்பு கொடுத்து அவளுடைய உயிரைக் காப்பாற்றுங்கள்...”

ஹென்றி மூச்சைப் பிடித்து பேசிக் கொண்டிருக்கும் போதே அவனுடைய மார்பு ஒரு முறை தூக்கிப் போட்டது. முகம் வலியில் கோணியது. விழிகள் ஸ்லோமோஷனில் நிலைத்தது.

பக்கத்தில் நின்றிருந்த டாக்டர் மெல்ல தலையை உயர்த்தி ரோஜர் கேரியைப் பார்த்தார்.

“முடிந்தது! இனி அவன் பேச மாட்டான். அடுத்த பத்து நிமிஷ நேரத்துக்குள் ஹென்றி தன் கடைசி இருதயத்துடிப்பையும் நிறுத்திக் கொள்வான்...”

ரோஜர் கேரி ஒரு நிமிஷ நேரம் ஹென்றியைப் பார்த்துக் கொண்டிருந்து விட்டு வெளியே வந்தார்.

கோட் பாக்கெட்டில் இருந்த செல்போன் முனகி முனகி கூப்பிட்டது.

எடுத்தார். "எஸ்..."

மறுமுனையில் சார்ஜெண்ட் பேசினார். "ஸார்! ஹாரிணி பற்றி சில உண்மைகள் தெரிய வந்துள்ளது. அவள் உண்மையிலேயே ஒரு ஜர்னலிஸ்ட் கிடையாது. இந்திய உளவுப்படையைச் சேர்ந்தவள். அதே போல் டாக்ஸி டிரைவர் ஹென்றியும் உளவுப்படையைச் சேர்ந்தவன். இந்திய ராணுவ அமைச்சரின் பி.ஏ.வை உளவு பார்க்கும் பணியில் இருவரும் ஈடுபட்டு வந்திருக்கிறார்கள். ஹாரிணியின் மேல் விஷ வாயுவைப் பிரயோகித்துக் கொலை செய்ய முயற்சி நடந்துள்ளது..."

"சரி! டெலிபோனில் எந்தப் பேச்சும் வேண்டாம். ஹாரிணிக்கு இப்போது உடல்நிலை எப்படியுள்ளது...?"

"எழுந்து உட்கார்ந்து பேசக்கூடிய அளவுக்குத் தேறிவிட்டார்கள்!"

"தகுந்த பாதுகாப்போடு ஹாரிணியை போலீஸ் ஹெட்குவார்ட்டர்ஸுக்கு அழைத்துக் கொண்டு வந்துவிடுங்கள். அங்கு வைத்து மற்ற விஷயங்களைப் பேசிக் கொள்வோம்..."

"எஸ் ஸார்!"

"ஜாக்கிரதை! ஹாரிணியின் உயிர்க்கு மறுபடியும் ஆபத்து ஏற்படலாம். ஏனென்றால் இந்த விவகாரத்தில் சம்பந்தப்பட்ட ஹென்றி இப்போது உயிரோடு இல்லை. அதேபோல் யாரை உளவு பார்க்க வந்தார்களோ அந்த ப்ரியநிரஞ்சனும் உயிரோடு இல்லை. கொலை முயற்சிக்குத் தப்பி அதிர்ஷ்டவசமாய் உயிர் பிழைத்து இருப்பது ஹாரிணி மட்டுமே... ஹாரிணி கொடுக்கும் தகவல்களை வைத்துக்

கொண்டுதான் குற்றவாளிகள் யார் என்பதைக் கண்டுபிடிக்க முடியும்...”

“எஸ் ஸார்... நான் ஹாரிணியை பத்திரமாய் போலீஸ் ஹெட் க்வார்ட்டர்ஸுக்குக் கூட்டிக் கொண்டு வந்து விடுகிறேன்...”

“டேக் கேர்...”

ரோஜர் கேரி செல்போனை அணைத்துவிட்டு கவலையாய் நெற்றியைத் தேய்த்துக் கொள்ள - கொஞ்சம் தள்ளி ஒரு நர்ஸோடு பேசிக் கொண்டிருந்த டாக்டர் மெல்ல பக்கத்தில் வந்து நின்றார்.

“ஒரு முக்கியமான விஷயம்...”

“என்ன...?”

“ஹென்றி இங்கே அனுமதிக்கப்பட்ட விநாடியிலிருந்து போன நிமிஷம் வரைக்கும் ஹென்றிக்குப் பக்கத்திலேயே இருந்த இந்த நர்ஸ் இப்போது ஒரு புது விஷயத்தைச் சொல்கிறாள்...”

“என்ன அது...?”

“ஹென்றி சுய உணர்வு இல்லாதபோது ‘ஃபைவ் கிராம் டேஞ்சர்’ என்று மூன்று வார்த்தைகளைச் சொல்லியிருக்கிறான்...”

“ஈஸிட்...?” என்றபடி ரோஜர் கேரி அந்த நர்ஸைப் பார்க்க, அவள் தலையாட்டியபடி சொன்னாள்.

“எஸ் ஸார்...”

“என்ன வார்த்தை சொன்னான்?”

“ஃபைவ் கிராம் டேஞ்சர்...”

“இந்த வார்த்தையை எத்தனை தடவை ஹென்றி சொன்னான்...?”

“இரண்டு தடவை...”

“அந்த வார்த்தையைச் சொல்லிவிட்டு, ஹென்றி வேறு எதுவும் சொல்லவில்லையா?”

“இல்லை. இந்த வார்த்தைகளை மட்டுமே சொன்னார்...”

“இப்படி ஹென்றி முனகியதாய் முன்பே என்னிடம் சொல்லியிருக்கலாமே? அவன் பேசும்போது இதைப்பற்றி அவனிடம் கேட்டிருக்கலாமே...?”

“எனக்கு பயமாயிருந்தது ஸார்...”

“இதில் பயப்பட என்ன இருக்கிறது...? ஆள் இப்போது உயிரோடு இல்லை. அந்த வார்த்தைக்கு அர்த்தம் என்ன என்று கண்டுபிடிப்பது எவ்வளவு கஷ்டம் தெரியுமா?”

நர்ஸ் தலைகுனிந்து நிற்க, ரோஜர் கேரி ஹென்றியை ஒரு உஷ்ணப் பெருமூச்சோடு பார்த்துவிட்டு டாக்டரோடு வெளியே வந்தார்.

9

போலீஸ் ஹெட்க்குவார்ட்டர்ஸ்.

தன் தலையை இரண்டு கைகளாலும் பற்றிக்கொண்டு ஹாரிணி ஒரு நாற்காலியில் சாய்ந்திருக்க - எதிரே ரோஜர் கேரியும் வேறு சில போலீஸ் அதிகாரிகளும் உட்கார்ந்திருந்தார்கள்.

ரோஜர் கேரி கேட்டார்.

"மிஸ் ஹாரிணி! இந்த விவகாரத்தில் சம்பந்தப்பட்ட ஹென்றியும் சரி, ப்ரியநிரஞ்சனும் சரி, இப்போது உயிரோடு இல்லை. உங்களையும் கொலை செய்ய முயற்சி நடந்தது. அதிர்ஷ்டவசமாய் நீங்கள் தப்பிவிட்டீர்கள். நடந்த காரியங்கள் எல்லாம் எதற்காக என்பது தெரியவில்லை. நீங்கள் சொல்லப்போகும் விஷயங்களை வைத்துக் கொண்டுதான் குற்றவாளிகளைக் கண்டு பிடிக்க வேண்டும். ஹென்றி சுய உணர்வு அற்ற நிலையிலும் ஃபைவ் ஸ்டார் டேஞ்சர் என்று சொல்லியிருக்கிறான். அதற்கு என்ன அர்த்தம் என்று உங்களுக்குத் தெரியுமா?"

ஹாரிணி நிமிர்ந்தாள். கவலையும் கண்ணீரும் கண்களில் தெரிந்தது.

"ஸார்... ஹென்றி சொன்னதாக சொல்லப்படும் அந்த ஃபைவ் கிராம் டேஞ்சர் என்பதற்கு என்ன அர்த்தம் என்று எனக்குத் தெரியாது. நானும் ஹென்றியும் இந்திய உளவுப்படையின் ஆட்கள். ராணுவ அமைச்சருக்கு

பி.ஏவாக இருக்கும் ப்ரியநிரஞ்சன் உண்மையிலேயே தன் இருதய கோளாறுகளுக்காக ட்ரீட்மெண்ட் எடுக்க வந்தாரா இல்லை இந்தியாவின் ராணுவ ரகசியங்களை இங்கே இருக்கிற வெளிநாட்டு ஏஜெண்டுகளுக்கு விற்க வந்தாரா என்பதைக் கண்காணிக்கத்தான் நான் நியூயார்க்குப் புறப்பட்டு வந்தேன். ஹென்றி ஏற்கெனவே இங்கேயிருந்து கொண்டு ப்ரியநிரஞ்சனைக் கண்காணித்து வந்திருக்கிறார். இப்போது இங்கே நடந்திருக்கும் சம்பவங்களை வைத்துப் பார்க்கும்போது எதிரிகள் எங்களுக்கு எதிராக உருவாகியிருக்கிறார்கள் என்று தெரிகிறது."

ரோஜர் கேரி கேட்டார். "ப்ரியநிரஞ்சன் உண்மையிலேயே நியூயார்க்கிற்கு எதற்காக வந்தார்? தன் இருதயக் கோளாறுகளுக்காக ட்ரீட்மெண்ட் எடுக்கவா, இல்லை உங்கள் நாட்டு ராணுவ ரகசியங்களை விற்கவா?"

"தெரியவில்லை..."

"இப்போது அவர் ஹார்ட் அட்டாக்கினால் இறந்து போயிருக்கிறார். அவர் கொலை செய்யப்படவில்லை என்பது டாக்டர்களின் ரிப்போர்ட். நீங்கள் என்ன நினைக்கிறீர்கள்? ப்ரியநிரஞ்சனின் மரணம் இயற்கையானதா... இல்லை அவர் கொலை செய்யப்பட்டிருப்பாரா?"

ஹாரிணி கண்களில் நீர் கோர்த்தாள். "ஸார்! எனக்கு எதுவுமே புரியவில்லை. இந்த நியூயார்க்கை விட்டுப்போகும் முன்பு நான் கூட கொலை செய்யப்படலாம். உங்களுடைய தீவிரமான போலீஸ் நடவடிக்கைகள் மூலமாகத்தான் உண்மைகள் வெளிப்பட்டு குற்றவாளிகள் பிடிபட வேண்டும்..."

ஹாரிணி சொல்லிக் கொண்டிருக்கும் போதே மேஜை மேல் இருந்த டெலிபோன் கிணுகிணுத்தது.

ரோஜர் கேரி ரிஸீவரை எடுத்தார்.

"எஸ்..."

மறுமுனை பேசியது.

“நான் டாக்டர் ஆர்தர்டன்...”

“சொல்லுங்கள் டாக்டர்...”

“ப்ரியநிரஞ்சனின் உடல் இப்போது இந்தியா புறப்பட்டுப் போகத் தயார் நிலையில் உள்ளது. உங்களுடைய போலீஸ் ஃபார்மாலிட்டீஸ்களை முடித்துக் கொண்டால் உடலை அடுத்த விமானத்திலேயே இந்தியாவுக்கு அனுப்பிவிடலாம்...”

“டாக்டர்...”

“சொல்லுங்கள்...”

“ப்ரியநிரஞ்சனின் மரணம் இயற்கையானதுதானா என்பதை நன்றாக யோசித்துப் பார்த்துவிட்டீர்களா...?”

“நோ டவுட்! அவருடைய மரணம் இயற்கையானதுதான் மூன்று மருத்துவக் குழுக்களை நியமித்து தனித்தனியாய் போஸ்ட்மார்ட்டம் செய்ய வைத்து ரிப்போர்ட்டுகளை வாங்கி வைத்துள்ளேன். நீங்கள் இங்கே வந்து அந்த ரிப்போர்ட்களைப் பார்வையிட்டுக் கொள்ளலாம். உங்களுக்கு வேறு ஏதாவது சந்தேகங்கள் இருந்தாலும் இங்கே வந்து கேட்டுத் தெளிவு பெற்றுக் கொள்ளலாம்.”

“உடனே புறப்பட்டு வருகிறேன்” ரோஜர் கேரி ரிஸீவரை வைத்துவிட்டு மற்ற போலீஸ் அதிகாரிகளிடம் திரும்பினார்.

“ஹாரிணியை போலீஸ் ஹெட்க்வார்ட்டர்ஸில் இருக்கும் ரெஸ்ட் ஹவுஸில் பாதுகாப்பாய் தங்கவையுங்கள். விஜிலன்ஸ் ஸ்க்வாட் விழிப்போடு இருக்க வேண்டிய நேரம் இது. சிறிது கவனம் சிதறினாலும் ஹாரிணியின் உயிர்க்கு ஆபத்து ஏற்படலாம். டேக் கேர்...”

“எஸ் ஸார்...”

மற்ற போலீஸ் அதிகாரிகள் எழுந்து நின்று சல்யூட் வைக்க, ரோஜர் கேரி அறையினின்றும் வெளிப்பட்டு

வெளியே நின்றிருந்த தன் பேட்ரோல் காரை நோக்கிப் போனார்.

காத்திருந்த காரில் ஏறிக்கொண்டதும் அது புல்லட்டாய் ஹெட்க்வார்ட்டர்ஸை விட்டு வெளியே பாய்ந்து க்ளாஸ்கோ ஹாஸ்பிடலை நோக்கிப் போயிற்று.

சில நிமிஷப் பயணம்தான்.

ஹாஸ்பிடல் வந்தது.

ரோஜர் கேரி இறங்கி உள்ளே போக, டாக்டர் ஆர்தர்டன் எதிர்கொண்டார்.

"வாருங்கள் மிஸ்டர் ரோஜர் கேரி! நீங்கள் பி.எம். ரிப்போர்ட்களைப் பார்த்து ஓகே சொல்லிவிட்டால் பாடியை ஏர்போர்ட்டுக்குக் கொண்டு போயிடலாம். இந்திய ஹை கமிஷனர் குர்ஷியாவும் ப்ரியநிரஞ்சனுக்கு இறுதி மாரியாதை செலுத்துவதற்காக இப்போது வந்து கொண்டிருக்கிறார்."

டாக்டர் ஆர்தர்டன் பேசிக் கொண்டே ஹாஸ்பிடலுக்குள்ளே ரோஜர் கேரியைக் கூட்டிக் கொண்டு போனார். இரண்டு நிமிஷ நடையில் ஐஸ் கட்டியின் குளிர்ச்சியோடு இருந்த ஓர் அறைக்குள் நுழைந்தார்கள்.

நீள் செவ்வக மரப்பெட்டிக்குள் ப்ரியநிரஞ்சனின் உடல் நீளமாய் கிடத்தப்பட்டிருக்க, இரண்டொரு மலர் வளையங்கள் பெட்டியின் மேல் தெரிந்தன.

ரோஜர் கேரி கேட்டார்.

"உடம்பு இந்தியா போய் சேர்கிற வரைக்கும் கெடாத வகையில் பதப்படுத்தியிருக்கிறீர்களா?"

"எழுபத்திரண்டு மணி நேரத்திற்கு உடல் கெடாத வகையில் பதப்படுத்தப்பட்டுள்ளது."

"பி.எம். ரிப்போர்ட்ஸ் பார்க்கலாமா...?"

"இதோ!" பக்கத்தில் இருந்த அலமாரியைத் திறந்து ஒரு ஃபைலை எடுத்தார் டாக்டர் ஆர்தர்டன். பிரித்துக் காட்டினார்.

“இறந்தது ஒரு முக்கிய வி.ஐ.பி. அதுவும் வெளிநாட்டுக்காரர். அதிலும் இந்திய ராணுவ அமைச்சரின் பி.ஏ. எனவே நாளைக்கு எதுவும் பிரச்னை வந்துவிடக் கூடாது என்று மூன்று டாக்டர் குழுக்களை வைத்து தனித்தனியாக போஸ்ட்மார்ட்டம் செய்து வைத்து ரிப்போர்ட்ஸ்களை வாங்கிவிட்டேன்...”

ரிப்போர்ட்களை வாங்கிப் பார்த்தார்.

மூன்று போஸ்ட்மார்ட்டம் ரிப்போர்ட்களுமே ப்ரியநிரஞ்சனின் மரணத்தை ஹார்ட் அட்டாக் காரணமாக ஏற்பட்ட இயற்கை மரணம் என்று சொல்லி சத்தியம் செய்தது.

ரிப்போர்ட்களை கவனமாகப் பார்த்துவிட்டு ரோஜர் கேரி நிமிர்ந்தார்.

“இவருடைய மனைவி வசுந்தரா எங்கே?”

“டெலிபோனில் பேசுவதற்காக கீழே ரிசப்ஷன் வரைக்கும் போயிருக்கிறார்கள். இப்போது வந்துவிடுவார்கள்...”

டாக்டர் சொல்லிக் கொண்டிருக்கும் போதே அறைக்கதவைத் திறந்துகொண்டு ஹாஸ்பிடல் சிப்பந்தி ஒருவன் எட்டிப் பார்த்தான்.

“டாக்டர்...”

“என்ன?”

“இந்திய ஹைகமிஷனர் குர்ஷியா வந்து கொண்டிருக்கிறார்...”

டாக்டர் ஆர்தர்டனும் ரோஜர் கேரியும் அறைக்கு வெளியே வந்து அவருக்காகக் காத்துக் கொண்டிருக்க, இரண்டு நிமிஷம் கழித்து ஹைகமிஷனர் குர்ஷியா தன் மனைவியோடு வந்து சேர்ந்தார். அவர்க்கு இரண்டு பக்கமும் மெய்க்காவலர்கள்.

குர்ஷியா இந்திய கலாச்சாரத்துக்குப் பொருந்தும் வகையில் ஷெர்வாணி மாதிரியான அமைப்பு ட்ரஸ்ஸில்

உயரமாய் சிக்கியிருந்தார். அறுபது வயதுக்குரிய உடம்பின் தளர்ச்சி முகத்தில் கணிசமாய் தெரிந்தது.

மெய்க்காப்பாளர்கள் கொண்டு வந்த மலர் வளையத்தைப் ப்ரியநிரஞ்சன் உடல் இருந்த மரப்பெட்டி மேல் வைத்துவிட்டு மௌனமாய் ஒரு நிமிடம் நின்றுவிட்டு பின் டாக்டரிடம் வந்தார்.

“உடலை இந்தியா கொண்டு போகும் முயற்சியில் எல்லா ஃபார்மாலிட்டீஸும் முடிந்துவிட்டதா, இல்லை ஏதாவது பேப்பர்களுக்காக காத்துக் கொண்டிருக்கிறீர்களா?”

“எல்லா ஃபார்மாலிட்டீஸும் முடிந்துவிட்டது. இது இயற்கையான மரணம்தான் என்று போலீஸ் ஒப்புக் கொண்டு பச்சைக் கொடி காட்டிவிட்டால் போதும், ப்ரியநிரஞ்சனின் உடலை அவருடைய மனைவி வசுந்தராவிடம் ஒப்படைத்து ஏர்போர்ட்டுக்கு கொண்டு போய்விடலாம்...”

“போலீஸ் துறை அனுமதி வழங்குவதில் ஏதேனும் சிக்கல் இருக்கிறதா?”

பக்கத்தில் நின்றிருந்த ரோஜர் கேரி குறுக்கிட்டார். “ஒரு சிக்கலும் இல்லை. ப்ரியநிரஞ்சன் இறந்தது கொலையாக இருக்குமோ என்று நினைத்தேன். ஆனால் மூன்று மருத்துவக் குழு டாக்டர்கள் தனித்தனியாய் போஸ்ட்மார்ட்டம் செய்து கொடுத்துள்ள அறிக்கைகளைப் பார்த்தேன். அறிக்கைகளில் ப்ரியநிரஞ்சனின் மரணம் ஹார்ட் அட்டாக்கினால் ஏற்பட்டதுதான் என்று தீர்க்கமாய் சொல்லியுள்ளார்கள். எனவே உடல் இந்தியாவுக்கு கொண்டு போகப்படுவதில் எந்த சிக்கலும் இல்லை. ப்ரியநிரஞ்சனின் உடலை அவருடைய மனைவி வசுந்தராவிடம் ஒப்படைத்து விடலாம்...”

“அதற்கு வேண்டிய ஏற்பாடுகளை நான் செய்ய ஆரம்பித்துவிடுகிறேன்...” டாக்டர் ஆர்தர்டன் சொல்லிவிட்டு நகர, இந்திய ஹைகமிஷனர் குர்ஷியா ரோஜர் கேரியிடம் திரும்பினார்.

“அந்த ஹென்றி கொலை செய்யப்பட்ட விவகாரத்தில் இதுவரைக்கும் யாராவது பிடிபட்டுள்ளார்களா?”

“இல்லை...”

“ஹாரிணியை விஷ வாயு செலுத்தி கொலை செய்ய முயற்சி செய்தவர்கள் யார் என்பதாவது தெரிந்ததா?”

“இல்லை! விசாரணை நடந்து கொண்டிருக்கிறது. சம்பவங்களுக்கு காரணமானவர்களை விரைவிலேயே கண்டுபிடித்து விடுவோம்...” சொன்ன ரோஜர் கேரி குரலைத் தாழ்த்திக்கொண்டு மெல்லிய ஸ்தாயியில் கேட்டார்.

“ஸார்! இங்கே டாக்ஸி டிரைவராக வேலை பார்த்த ஹென்றியும், ஜர்னலிஸ்ட்டாக வந்த ஹாரிணியும் இந்திய உளவுப்படையைச் சேர்ந்தவர்கள் என்கிற விஷயம் உங்களுக்கு முன்பே தெரியுமா?”

“தெரியாது.”

“நியூயார்க்கில் இந்திய ஹைகமிஷனராக பணிபுரியும் உங்களுக்கு எல்லா விஷயங்களும் தெரியப்படுத்தப்பட்டிருக்க வேண்டும் இல்லையா...?”

“அப்படி ஒரு கட்டாயம் இல்லை. இந்திய உளவுப்படை யாருடைய கட்டுப்பாட்டுக்கும் கீழே இல்லை. அந்த நிர்வாகம் சுயமாக முடிவுகளை எடுக்கும்.”

“ராணுவ அமைச்சரின் பி.ஏ. நியூயார்க் வருவது முறைப்படி உங்களுக்குத் தெரிவிக்கப்பட்டு இருந்ததா?”

“ம்... தெரிவிக்கப்பட்டது. தன்னுடைய இருதயக் கோளாறுகளை சரிப்படுத்திக் கொள்வதற்காக இங்கே வரப்போகிறார் என்று அரசு சார்பில் சொல்லப்பட்டது.”

“அவர் ராணுவ ரகசியங்களை விற்பதற்காக வந்தவர் என்று இந்திய அரசு நினைத்து அவரை கண்காணிக்க ஹென்றியும் ஹாரிணியும் உளவுத்துறையால் நியமிக்கப்பட்ட விஷயம் உங்களுக்குத் தெரியுமா?”

“தெரியாது.”

“ப்ரியநிரஞ்சனோடு உங்களுக்குப் பழக்கம் உண்டா…?”

“இந்திய பாதுகாப்பு கவுன்ஸில் டெல்லியில் வருஷத்துக்கு ஒரு தடவை கூடும்போது அவரை நான் பார்த்ததுண்டு. அதிகமாக பேசிக் கொண்டது கிடையாது.”

ரோஜர் கேரி சில விநாடிகள் மௌனித்துவிட்டு கேட்டார்.

“ஃபைவ் கிராம் டேஞ்சர் என்கிற ஒரு கோட் வார்த்தையைப் பற்றி நீங்கள் கேள்விப்பட்டதுண்டா?”

“இல்லை…! ஏன்…?”

“ஹென்றி தன் உயிர்க்குப் போராடிக் கொண்டு இருந்தபோது சுய உணர்வு இல்லாத நிலைமையில் இந்த ஃபைவ் கிராம் டேஞ்சர் என்று சொல்லியிருக்கிறான். இந்த வார்த்தையைப் பற்றி ஹாரிணியிடம் கேட்டபோது அவளுக்கும் தெரியவில்லை.”

ரோஜர் கேரி சொல்லிக் கொண்டிருக்கும் போதே டாக்டர் ஆர்தர்டன் வசுந்தராவோடு திரும்பி வந்தார்.

இந்திய ஹைகமிஷனர் குர்ஷியா அவளை நோக்கி தயக்க நடையில் போனார்.

“உங்களுடைய கணவரின் திடீர் மறைவு எதிர்பாராத ஒன்று. அதற்காக என் ஆழ்ந்த அனுதாபங்களைத் தெரிவித்துக் கொள்கிறேன்…”

வசுந்தரா அழுது அழுது நனைந்த தன் கண்களில் புதிதாய் கண்ணீரைக் காட்டினாள்.

“என் கணவரின் மரணம் இயற்கையானது என்று சொல்கிறார்கள். ஆனால் அவர் கொலை செய்யப்பட்டிருக்க வேண்டும் என்பது என் எண்ணம். கொலையாளியை கண்டுபிடிக்க நீங்கள்தான் உதவி செய்ய வேண்டும்…”

“உங்களுடைய கணவரின் உயிர் பிரியும்போது நீங்கள் பக்கத்தில்தானே இருந்தீர்கள்…?”

“ஆமாம்...”

“அவர் ஹார்ட் அட்டாக்கில்தானே இறந்துபோனார்...?”

“ஆமாம். மூச்சுத் திணறல் ஏற்பட்டு என்னைப் பார்த்துக் கொண்டே கொஞ்சம் கொஞ்சமாய் உயிரை விட்டார். என்னிடம் பேசவும் முயற்சி செய்தார். முடியவில்லை.”

“நீங்கள் பார்த்துக் கொண்டிருக்கும் போதே உயிரை விட்டிருக்கிறார். அப்படியானால் அது இயற்கை மரணம்தானே...?”

“அப்படித்தான் அரைமணி நேரத்துக்கு முன்புவரை நினைத்துக் கொண்டிருந்தேன். ஆனால் எனக்குக் கிடைத்த ஒரு தகவல் அதைப் பொய்யாக்கிவிட்டது.”

“என்ன தகவல்...?”

வசுந்தரா தன் கையில் வைத்திருந்த ஒரு சிறிய பாக்கெட் டயரியை அவரிடம் நீட்டியபடி சொன்னாள்.

“இது அவருடைய பர்சனல் டைரி. இன்றைய தேதியில் டயரியின் பக்கத்தில் என்ன எழுதியிருக்கிறது பார்த்தீர்களா?”

வசுந்தரா டயரியைப் பிரித்துக் காட்ட, அன்றைய தேதியின் பக்கத்தில் சிவப்பு ஸ்கெட்ச் பேனாவால் கேள்விக்குறி ஒன்று வரையப்பட்டிருந்தது.

10

நியூ டெல்லி.

இந்திய உளவுப்படையின் பிரத்யேக அலுவலகம். காலை மணி பத்தரை.

பார்த்துக் கொண்டிருந்த அந்த தடிமனான ஃபைலை ஒரு உஷ்ணமான பெருமூச்சோடு மூடி வைத்துவிட்டு எதிரில் உட்கார்ந்திருந்த உளவுப்படை அதிகாரிகளைப் பார்த்தார் உளவுப்படையின் எக்ஸிக்யூடிவ் டைரக்டர் முரளிமனோகர்.

வருத்தம் இழையோடும் மெல்லிய குரலில் பேசினார்.

“டியர் கலீக்ஸ்! நியூயார்க்கில் ப்ரியநிரஞ்சனும், ஹென்றியும் மரணமடைந்து இன்றைக்கு மூன்று மாதங்கள் ஓடிவிட்டன. உயிர் தப்பிப் பிழைத்துவந்த ஹாரிணி சொல்லிய தகவல்களை வைத்துக் கொண்டு கொலையாளிகளைக் கண்டு பிடிக்க ஆனவரை முயன்று பார்த்துவிட்டோம். நியூயார்க் போலீஸூம் கடுமையாக உழைத்துக் கொண்டிருக்கிறார்கள். ஆனாலும் பயன் இல்லை. லேட்டஸ்டாக நமக்குக் கிடைத்த தகவல்கள்படி நம் இந்திய ராணுவ ரகசியங்கள் களவு போயிருக்கின்றன. நியூயார்க்கில் நடந்த சம்பவங்களுக்கும் இப்போது களவு போயிருக்கிற ராணுவ ரகசியங்களுக்கும் தொடர்பு இருக்கக்கூடும் என்று ராணுவ அமைச்சகம் கருதுகிறது.”

“இது எப்படி சார் சாத்தியம்?” அதிகாரிகளுக்கு நடுவில் உட்கார்ந்திருந்த ஹாரிணி தனக்கு முன்னால் இருந்த மைக்கில் குரல் கொடுத்தாள்.

“நியூயார்க்கில் சம்பவங்கள் நடந்து மூன்று மாத காலம் ஓடிவிட்டது. இறந்துபோன ப்ரியநிரஞ்சனிடமிருந்து ராணுவ ரகசியங்கள் களவு போயிருக்குமானால் அது அப்போதே நடந்து இருக்க வேண்டும். மூன்று மாதங்கள் கழித்து நடக்க வேண்டிய காரணம் என்ன?”

முரளிமனோகர் மெலிதாய் புன்னகைத்தார்.

“காரணம் இருக்கிறது. இரண்டு நாட்களுக்கு முன்னால் ப்ரியநிரஞ்சனின் மனைவி வசுந்தரா போலீஸில் புகார் கொடுத்துள்ளார்...”

“என்ன புகார் ஸார்...?”

“அவர்கள் வீட்டு மாடியறைகளில் இரண்டு நாட்களுக்கு முன்னால் ஏதோ காலடிச் சத்தங்களைக் கேட்டதாகவும், யாரோ வந்துவிட்டு போயிருப்பதற்கு அறிகுறியாக பொருள்கள் நகர்த்தி வைக்கப்பட்டிருப்பதாகவும் வசுந்தரா போலீஸில் புகார் கொடுத்துள்ளார். போலீஸும் புகாரைப் பதிவு செய்து கொண்டு மாடியறைக்கு வந்தவர்கள் திருடர்களாக இருக்கலாம் என்ற எண்ணத்தில் புலன் விசாரணை செய்து வருகிறார்கள்...”

ஒரு அதிகாரி குறுக்கிட்டு மைக்கில் பேசினார். “ஸார்! ப்ரியநிரஞ்சன் இறந்து மூன்று மாதங்கள் ஆகிவிட்டது. அவர் வீட்டில் இப்போது இருப்பது அவருடைய மனைவி வசுந்தரா மட்டுமே. அந்த வீட்டுக்கு வந்தவர்கள் நிச்சயமாக திருடர்களாகத்தான் இருக்க வேண்டும். ராணுவ ரகசியங்களுக்காக வந்திருக்க மாட்டார்கள்.”

“உங்களுடைய சந்தேகம் நியாயமானதுதான். ஆனால் வசுந்தரா வீட்டில் இந்த சம்பவம் நடந்த பிறகுதான் நம் ராணுவத்தின் சில முக்கியமான ரகசியங்கள் நம் எதிரிகளின் ராணுவ முகாம்களுக்குப் போய்விட்டதாக தகவல்...”

ஹாரிணி கேட்டாள்.

“இந்தத் தகவல் ஊர்ஜிதமானதுதானா...?”

“நூறு சதவீதம் ஊர்ஜிதமானது. இண்டர்நேஷனல் ஸ்டேண்டர்ட் நியூஸ் நிறுவனம் கற்பூரம் அடித்து சத்தியம் செய்துள்ளது. நாம் ராணுவ ரகசியங்களை கோட்டை விட்டுவிட்டோம் என்று கேலி செய்துள்ளது. நம் இந்திய உளவுப்படையையும் அந்த ஐ.எஸ்.என். நிறுவனம் விட்டுவைக்கவில்லை. உளவுப்படை அதிகாரிகள் தாங்கள் பார்க்கும் வேலைகளை விட்டு விட்டு விவசாயம் செய்யப் போகலாம் என்று கிண்டலாய் கமெண்ட் அடித்துள்ளது.”

“ஸார்... இந்தப் பிரச்சினையில் நாம் எப்படி ஜெயிக்கப் போகிறோம்?”

“அதைப்பற்றிப் பேசத்தான் நாம் இப்போது கூடியிருக்கிறோம். நியூயார்க்கில் நேர்ந்த ப்ரியநிரஞ்சன், ஹென்றி மரணங்களுக்குப் பின்னால் ஏதோ ஒரு சதித்திட்டம் இருக்கிறது. அந்த சதித்திட்டத்தின் வழியாகத்தான் நம் நாட்டு ராணுவ ரகசியங்கள் வெளியே போய்க் கொண்டிருக்கிறது...”

ஹாரிணி இடைமறித்தாள்.

“ஸார்... எனக்கு வசுந்தரா மேல் லேசாய் சந்தேகம் தட்டுகிறது...”

“காரணம்...?”

“ஒரு ராணுவ அமைச்சருக்கு பி.ஏவாக இருந்தவர் ப்ரியநிரஞ்சன். அவர்க்கு எத்தனையோ ராணுவ ரகசியங்கள் தெரிந்திருக்கலாம். அதை வசுந்தரா மோப்பம் பிடித்துக்கொண்டு டாலர் டாலராக பணம் சம்பாதிக்க ஆசைப்பட்டு...”

“ஆசைப்பட்டு...?”

“கணவனைத் தீர்த்துக் கட்டியிருக்கலாமே...?”

முரளிமனோகர் தலையாட்டினார். “நோ... நோ... யூ ஆர் ராங்க் ஹாரிணி. வசுந்தராவைப் பார்த்தால் அது மாதிரியான

பெண்ணாகத் தெரியவில்லை. கணவரைக் கொலை செய்துவிட்டு ராணுவ ரகசியங்களை அபகரித்து சர்வதேச அளவில் வியாபாரம் செய்யக்கூடிய அளவுக்குத் திறமை வாய்ந்த பெண்ணாகத் தெரியவில்லை.”

“மன்னிக்க வேண்டும் ஸார். ஒரு பெண் உடல் ரீதியாக வேண்டுமானால் ஒரு ஆணைவிட தாழ்ந்து இருக்கலாம். ஆனால் மனரீதியாக ஒரு பெண் பத்து ஆண்களுக்குச் சமமானவள். ஒரு பெண் நினைத்துவிட்டால் அவளால் எதையுமே சாதிக்க முடியும்...”

“வசுந்தராவிடம்தான் ஏதாவது கோளாறு இருப்பதாக நினைக்கிறாயா ஹாரிணி...”

“ஆமாம் ஸார்... நீங்கள் அனுமதி கொடுத்தால் இந்த கேஸை மறுபடியும் ஓப்பன் செய்து ஒரு முழுமையான இன்வெஸ்டிகேசனை பண்ண தயாரா இருக்கிறேன்...”

“இந்த விவகாரத்தில் ஈடுபட்டு நீ ஏற்கனவே ஒரு முறை உயிர் தப்பியிருக்கிறாய். எச்சரிக்கை வேண்டும். இந்த விவகாரத்தில் உனக்கு உதவி செய்ய இங்கே இருக்கிற அதிகாரிகளில் யாரையாவது ஒருவரை தேர்ந்து எடுத்துக்கொள்வது நல்லது...”

ஹாரிணி புன்னகைத்தாள். “நான் ஒருவரை தேர்ந்து எடுத்துக் கொள்வதைக் காட்டிலும் நீங்களாகவே ஒருவரை தேர்வு செய்து எனக்கு உதவியாக அனுப்புவது நல்லது...”

முரளிமனோகர் பார்வையைத் திருப்பி அதிகாரிகளை ஏறிட்டார்.

“உங்களில் யார் ஹாரிணிக்கு உதவி செய்யப் பிரியப்படுகிறீர்கள்...?”

கடைசி வரிசை நாற்காலியில் உட்கார்ந்திருந்த உத்தம் மெல்ல எழுந்து நின்றான்.

11

கணவனை இழந்த சோகத்திலிருந்து வசுந்தரா இன்னமும் மீளவில்லை என்பதற்கு அடையாளமாக உடல் மெலிந்து கண்களுக்குக் கீழே கருமை தட்டிப் போயிருந்தாள்.

ஹாரிணியும் உத்தமும் அவளுக்கு முன்பாய் உட்கார்ந்திருந்தார்கள்.

ஹாரிணி கேட்டாள்.

"இரண்டு நாட்களுக்கு முன்னால் உங்கள் வீட்டு மாடியறையில் யாரோ வந்து நடமாடிவிட்டுப் போனதாக போலீசில் புகார் செய்திருக்கிறீர்கள் இல்லையா...?"

"ஆமாம்..."

"சத்தம் எத்தனை மணிக்குக் கேட்டது?"

"பனிரெண்டு மணி இருக்கும்."

"சத்தம் கேட்டதும் நீங்கள் போய்ப் பார்த்தீர்களா...?"

"ம்...! கேட்டில் நின்றிருந்த வாட்ச்மேனை கூட்டிக் கொண்டு மேலே போய்ப் பார்த்தேன். சத்தம் நின்றுவிட்டது. எப்படியோ தப்பித்துப் போய்விட்டார்கள்."

"வந்தது எத்தனை பேர்?"

"தெரியவில்லை."

"ஏதாவது காணாமல் போயிருந்ததா?"

"இல்லை. எல்லாப் பொருள்களும் அப்படியேதான் இருந்தது. சில பொருள்கள் மட்டும் இடம் மாறி தெரிந்தது."

“அது என்ன பொருள்கள்?”

“டீபாய், தரை விரிப்பு, ஒரு நாற்காலி, ஃப்ளவர் வாஷ்...”

“அந்த அறையை நாங்கள் பார்க்கலாமா?”

“ம்... வாருங்கள்...”

வசுந்தரா தளர்வாய் எழுந்து மாடியறையை நோக்கி கூட்டிப் போனாள். மரப்படிகளில் ஏறி மேலே போனார்கள்.

ஒரு சிறிய ஹால் மாதிரி தெரிந்த அந்தப் பெரிய அறைக்குள் நுழைந்தார்கள்.

லேசாய் தூசு படிந்த அறை. போலீஸ் வந்து ரேகைகளைப் பதிவு எடுத்துக்கொண்டு போயிருப்பதற்கு அடையாளமாக ஆங்காங்கே சாக்பீஸால் போடப்பட்டிருந்த வட்டங்கள் தெரிந்தன.

ஹாரிணி கேட்டாள்.

“இது யாருடைய அறை...?”

“என் கணவர் உயிரோடு இருந்த வரைக்கும் இந்த அறையைத்தான் தன்னுடைய பர்சனல் அறையாகப் பயன்படுத்தி வந்தார். அவர்க்குப் பிறகு இந்த அறை அப்படியேதான் இருக்கிறது. இந்த அறைக்கு வந்தால் என் கணவரின் நினைவு அதிகமாக வரும் என்கிற காரணத்தால் நான் மாடிக்கே வருவதில்லை.”

ஹாரிணியும் உத்தமும் அந்த அறையை ஒரு பத்து நிமிஷ நேரம் சுற்றிப் பார்த்தார்கள். கண்ணாடி பீரோ நிறைய ராணுவ சம்பந்தப்பட்ட புத்தகங்கள் நெருக்கியடித்துக் கொண்டு உட்கார்ந்திருந்தன. அரசு விழாக்களில் எடுக்கப்பட்ட போட்டோக்கள் லேமினேஷன் செய்யப்பட்டு சுவர்களில் தெரிந்தன. அநேகமாய் எல்லா போட்டோக்களிலும் ப்ரியநிரஞ்சன் முகம் முக்கியஸ்தர்களுக்கு மத்தியில் சிரித்தது.

உத்தம் கேட்டான்.

“மிஸஸ் வசுந்தரா! இந்த அறையில் விலை மதிப்பு வாய்ந்த பொருள்கள் ஏதாவது இருக்கிறதா?”

“அப்படி எதுவும் இல்லை.”

“வந்தவர்கள் திருடர்களா...?”

“தெரியவில்லை. போலீஸார் கைரேகைப் பதிவுகளை எடுத்துக்கொண்டு போயிருக்கிறார்கள். அந்த கைரேகைப் பதிவுகள் மூலம் யாராவது பிடிபட்டால்தான் உண்மை தெரியும்.”

“இந்த கேஸை இப்போது எந்த இன்ஸ்பெக்டர் டீல் செய்து கொண்டிருக்கிறார்?”

“இன்ஸ்பெக்டர் தேசிங்.”

12

வெளியில் எங்கோ புறப்பட்டுப் போக அவசர அவசரமாக தன் புல்லட்டை உதைத்துக் கொண்டிருந்த இன்ஸ்பெக்டர் தேசிங் தன்னை நோக்கி வருகின்ற ஹாரிணியையும் உத்தமையும் பார்த்ததும் உதைப்பதை நிறுத்தினார்.

"எஸ்..."

இருவரும் அடையாள அட்டைகளை எடுத்துக் காட்ட, தேசிங் விறைப்புக்கு வந்து ஒரு சல்யூட்டைக் கொடுத்தார்.

ஹாரிணி கேட்டாள்.

"வசுந்தரா வீட்டு மாடியறையில் யாரோ வந்து நடமாடிவிட்டுப் போன கேஸை நீங்கள்தானே டீல் செய்கிறீர்கள்?"

"ஆமாம்..."

"அங்கே கைப்பற்றிய கைரேகைப் பதிவுகளை ஒப்பிட்டுப்பார்த்து யாரையாவது கைது செய்ய இருக்கிறீர்களா?"

தேசிங் சொன்னார். "ஃபிங்கர் பிரிண்ட்ஸ் ஃபாரன்ஸிக் லேப்பிலிருந்து இப்போதுதான் எனக்கு ஒரு டெலிபோன் அழைப்பு வந்தது. ஃபாரன்ஸிக் ஆபீஸர் குணாள் என்னை உடனே புறப்பட்டு வரும்படி சொன்னார்."

"எதற்கு...?"

“தெரியவில்லை. ஆனால் அதி முக்கியமான விஷயம் என்று மட்டும் சொன்னார்.”

“ஸோ… அந்த கைரேகைப் பதிவுகள் மூலம் அவர்க்கு ஏதோ ஒரு க்ளூ கிடைத்திருக்கிறது.”

“மே பி…”

“மிஸ்டர் தேசிங்! நாங்கள் காரில்தான் வந்திருக்கிறோம். வாருங்கள். நாம் மூன்று பேரும் சேர்ந்தே போய் ஃபாரன்ஸிக் ஆபீஸர் குணாளைப் பார்ப்போம்…”

தேசிங் பைக்கை ஓரமாய் பார்க் செய்துவிட்டு அவர்களோடு புறப்பட்டார்.

காரில் இருபது நிமிஷப் பயணம்.

நௌரோஜி ரோட்டில் காவி டிஸ்டெம்பர் அடித்த ஃபாரன்ஸிக் கட்டிடம் வந்தது.

காரை மர நிழலில் இளைப்பாற விட்டு விட்டு மூன்றாவது மாடி ஏறி ஃபாரன்ஸிக் ஆபீஸர் குணாளைச் சந்தித்து பரஸ்பரம் கை குலுக்கி அறிமுகம் செய்து கொண்டார்கள்.

வழுக்கைத் தலையோடு ஐம்பது வயதில் இருந்த குணாள் மூன்று பேர்களையும் உட்கார வைத்துவிட்டு மேஜையின் மேல் கைகளை ஊன்றியபடி பேச ஆரம்பித்தார்.

“ஒரு வியப்பான நம்பமுடியாத செய்தியை இப்போது உங்களோடு நான் பகிர்ந்து கொள்ளப்போகிறேன். மூன்று மாதங்களுக்கு முன் நியூயார்க்கில் ஹார்ட் அட்டாக் காரணமாக ப்ரியநிரஞ்சன் இறந்து போனது உண்மைதானே?”

ஹாரிணி தலையசைத்தாள்.

“ஆமாம்! உண்மைதான்…”

“அவருடைய உடல் அடக்கம் செய்யப்பட்டதா? இல்லை தகனம் செய்யப்பட்டதா?”

“அடக்கம் செய்யப்பட்டது.”

“எங்கே…?”

“விஷால் சௌக் மயானத்தில்...”

“இப்போது நீங்கள் சொன்னதெல்லாம் ஊர்ஜிதமான தகவல்கள்தானே...?”

ஹாரிணி தீர்க்கமாய் தலையாட்டினாள். “மிஸ்டர் குணாள்! நியூயார்க்கிலிருந்து ப்ரியநிரஞ்சனின் உடலை ஏற்றிய விமானத்தில்தான் நான் பயணம் செய்து டெல்லி வந்தேன். அவருடைய உடலை பனிரெண்டு மணி நேரம் அவருடைய வீட்டில் வைத்திருந்து அடக்கம் செய்யப்படும் வரைக்கும் நான் பக்கத்தில் இருந்தேன்.” சொன்ன ஹாரிணி குரலைத் தாழ்த்திக் கொண்டு மெல்லிய ஸ்தாயியில் கேட்டாள்.

“இப்போது ப்ரியநிரஞ்சனின் மரணத்தில் உங்களுக்கு என்ன சந்தேகம் மிஸ்டர் குணாள்?”

“சந்தேகம் வரக் காரணம் இருக்கிறது.”

“என்ன காரணம்?”

“வசுந்தராவின் வீட்டு மாடியறையில் இரண்டு நபர்களின் கைரேகைப் பதிவுகள் கிடைத்தது. அந்த கைரேகைப் பதிவுகளை சோதனை செய்து பார்த்தபோது, அதில் உள்ள ஒரு சில ரேகைப் பதிவுகள் ப்ரியநிரஞ்சனின் கைரேகைப் பதிவுகளோடு ஒத்துப் போகிறது.”

குணாள் சொல்ல ஹாரிணி, உத்தம், தேசிங் மூன்று பேரும் அதிர்ந்து போய் ஒருத்தரையொருத்தர் பார்த்துக் கொண்டார்கள்.

13

"வ்வாட்...!"

உதட்டைக் குவித்து தன் பெரிய கண்களை மேலும் விரித்தாள் ஹாரிணி.

"மிஸ்டர் குணாள்... நீங்கள் என்ன சொல்கிறீர்கள்? மூன்று மாதங்களுக்கு முன்பு இறந்துபோன ப்ரியநிரஞ்சன் இப்போது கல்லறைக்குள் மக்கி எலும்புக் கூடாக மாறியிருப்பார். அவருடைய கைரேகைப் பதிவுகள் எப்படி மாடியறையில் உங்களுக்குக் கிடைத்த கைரேகைப் பதிவுகளோடு ஒத்துப் போயிருக்கும்...?"

குணாள் வியர்த்த நெற்றியோடு ஹாரிணியை ஏறிட்டார்.

"எனக்கு ஏற்பட்ட குழப்பமும் இது தானே?"

உத்தம் கேட்டான்.

"மாடியறையில் கிடைத்த கைரேகை பதிவுகளோடு ஒப்பிட்டுப் பார்க்க உங்களுக்கு ப்ரியநிரஞ்சனின் கைரேகைப் பதிவுகள் எப்படி கிடைத்தது...?"

குணாள் தன் ரிவால்விங் நாற்காலியில் அரை வட்டம் சுழன்று பக்கத்து ஷெல்ஃபில் இருந்த ஒரு ஃபைலை எடுத்து மேஜையின் மேல் போட்டபடி சொன்னார்.

"இது நான்கு வருஷங்களுக்கு முந்தின ஒரு ஃபைல். நான்கு வருஷங்களுக்கு முன்னால் ப்ரியநிரஞ்சன் வேறு ஒரு பங்களாவில் குடியிருந்தபோது அந்த வீட்டில் ஒரு திருட்டுச்

சம்பவம் நடந்தது. திருட்டு நடத்திய பேர்வழிகள் வீட்டின் பல பகுதிகளிலும் தங்கள் கைரேகைப் பதிவுகளை விட்டுப் போயிருந்தார்கள். அந்த கைரேகைகளோடு வீட்டில் இருந்த நபர்களின் கைரேகைகளும் கலந்திருக்கும் என்பதால், அவைகளைத் தனியாய் பிரித்து எடுக்க வசதியாக அப்போது வீட்டில் இருந்த ப்ரியநிரஞ்சன், அவருடைய மனைவி வசுந்தரா மற்றும் வேலைக்காரர்களிடமிருந்து கைரேகைப் பதிவுகளை வாங்கி வைத்துக் கொண்டோம்."

குணாள் சற்று இடைவெளி விட்டு பின் மெல்ல தொடர்ந்தார்.

"இப்போது இரண்டு நாட்களுக்கு முன்பு வசுந்தராவின் மாடியறைக்கு வந்துவிட்டுப் போன நபர்களின் கைரேகைப் பதிவுகள் ஒப்பிட்டுப் பார்க்கும் பரிசீலனைக்காக வந்தபோது என் மனதுக்குள் லேசாய் ஒரு சந்தேகம் முளைத்தது. ப்ரியநிரஞ்சனின் பழைய பங்களாவில் வேலை பார்த்த வேலைக்காரர்கள் யாராவது எதையாவது திருடிக் கொண்டு போக வசுந்தரா தனியாக இருக்கிற இந்த வீட்டுக்கு வந்திருப்பார்களோ என்று நினைத்து அவர்களுடைய கைரேகைகளை எடுத்து மாடியறையில் கிடைத்த கைரேகைகளோடு ஒப்பிட்டு கம்ப்யூட்டரில் போட்டுப் பார்த்தேன். ஏதேச்சையாய் ப்ரியநிரஞ்சனின் கைரேகைப் பதிவுகளை கம்ப்யூட்டர் எடுத்துக் கொண்டு கம்பேர் செய்து இரண்டும் ஒன்றுதான் என்று உறுதி செய்த போது அயர்ந்து போனேன். கம்ப்யூட்டர் தவறு செய்கிறதோ என்று வேறு கம்ப்யூட்டர்களுக்கு கொடுத்துப் பார்த்தேன். எல்லாக் கம்ப்யூட்டர்களும் இது ப்ரியநிரஞ்சனின் கைரேகைப் பதிவுகள்தான் என்பதை உறுதி செய்தன. அதற்குப் பிறகுதான் இன்ஸ்பெக்டர் தேசிங்குக்கு தகவல் கொடுத்து உடனடியாய் வரும்படி சொன்னேன். உளவுப்படையைச் சேர்ந்த, நீங்களும் இப்போது வந்துவிட்டதால் கைரேகைப் பதிவு சம்பந்தப்பட்ட உண்மைகளை விளக்கமாகவே சொல்லிவிட்டேன்..."

இன்ஸ்பெக்டர் தேசிங் கேட்டார்.

"ஸார்... உங்களிடம் நான் ஒரு சந்தேகம் கேட்கலாமா...?"

"ப்ளீஸ்..."

"இப்போது நீங்கள் கைரேகைப் பதிவுகளை சேகரித்த மாடியறை ஏற்கெனவே மூன்று மாதங்களுக்கு முன்பு வரை ப்ரியநிரஞ்சனால் உபயோகப்படுத்தப்பட்ட அறை. ஸோ, அப்படி உபயோகித்தபோது பதிந்த பழைய கைரேகைகளாகக்கூட இருக்கலாமில்லையா...?"

"இல்லை...! மூன்று மாதங்களாக சுத்தம் செய்யப்படாத அந்த மாடியறையில் பழைய கைரேகைகள் தூசி படிந்து அழிந்து போய்விட்டன. இவைகள் புதிதாய் பதிவான கைரேகைகள். மொத்தம் இரண்டு பேர் வந்திருக்கிறார்கள். அதில் ஒருவரின் கைரேகைப் பதிவுகள் ப்ரியநிரஞ்சனின் கைரேகைப் பதிவுகளோடு சரியாய் ஒத்துப் போகிறது. உலகில் இரண்டு பேர்க்கு ஒரே மாதிரியான கைரேகை இருக்க முடியாது."

ஹாரிணி பெருமூச்சொன்றை விட்டபடி தோள்களைக் குலுக்கியபடி கேட்டாள்.

"இறந்து கல்லறைக்குப் போய்விட்ட ஒருவர் எப்படி உயிரோடு வர முடியும் ஸார்...?"

"இறந்தது ப்ரியநிரஞ்சன்தானா?"

"என்ன ஸார்... இப்படி கேட்டு விட்டீர்கள். இறந்தது அவர்தான். நூற்றுக் கணக்கான உறவு ஜனங்கள், நண்பர்கள் முன்னிலையில்தான் அவருடைய உடல் அடக்கம் செய்யப்பட்டது."

"எங்கே அடக்கம் செய்யப்பட்டது?"

"விஷால் சௌக் மைதானத்தில் உள்ள மயானப் பகுதியில்..."

குணாள் இன்ஸ்பெக்டர் தேசிங்கை ஏறிட்டார்.

“மிஸ்டர் தேசிங்! நான் இப்போது சொல்வது உங்களுக்கு அபத்தமாகக் கூடபடலாம். ஆனால் வேறு வழியில்லை. உண்மையை வெளியே கொண்டு வர கல்லறையைத் தோண்டிப் பார்த்துவிடுவது நல்லது...”

ஹாரிணி இடைமறித்து கத்தினாள்.

“ஸார்... திஸ் ஈஸ் ரிடிகுலஸ்...”

“தெரியும். பட் சந்தேகத்தை எப்படியாவது போக்கிக் கொள்ளத்தானே வேண்டும். வெளியே விஷயம் தெரியாதபடிக்கு நாம் நான்கு பேர் மட்டுமே ஒரு வெட்டியானை உதவிக்கு வைத்துக் கொண்டு தோண்டிப் பார்த்துவிடலாம்...”

“பாடி இந்நேரம் சிதைந்து போயிருக்குமோ?”

“முதலில் பாடி இருக்கிறதா இல்லையாவென்று பார்த்துவிடலாம். அதற்குப் பிறகு மற்ற விஷயங்களைப் பேசிக் கொள்ளலாம்.”

குணாள் சொல்ல, தேசிங் யோசனையாய் தலையை ஆட்டியபடி சொன்னார்.

“இன்றைக்கு ராத்திரியே ஏற்பாடு செய்து விடுகிறேன் ஸார்...”

14

விஷால் சௌக் மயான பூமி.

இரவு பதினோரு மணி. அந்த பிராந்தியமே நிசப்தத்தில் உறைந்து போயிருக்க, ப்ரியநிரஞ்சனின் கல்லறையருகே பெட்ரோமாக்ஸ் விளக்குகள் ஸ்ஸ்ஸ் என்ற சத்தத்தோடு புகைந்து கணிசமான வெளிச்சத்தைக் கொடுத்துக் கொண்டிருந்தது.

கல்லறையைச் சுற்றிலும் அரைவட்டமாய் ஃபாரன்ஸிக் ஆபீஸர் குணாள், இன்ஸ்பெக்டர் தேசிங், ஹாரிணி, உத்தம், வசுந்தரா இறுகிப்போன முகங்களோடு நின்றிருந்தார்கள்.

வெட்டியான் நீளமான கடப்பாரை ஒன்றை கையில் வைத்து ப்ரியநிரஞ்சனின் கல்லறையை மூடியிருந்த சிமெண்ட் காங்க்ரீட் பலகையை சிரமமாய் நெம்பிக் கொண்டிருந்தான். அது கொஞ்சம் கொஞ்சமாய் நெகிழ்ந்து இடம் பெயர மண் சரிந்தது.

குணாள் இரண்டு ப்ளாஸ்டிக் கேன்களில் பார்மலினைக் கொண்டு வந்து தயாராக வைத்திருந்தார். வசுந்தரா கர்ச்சீப்பால் பாதி முகத்தைப் பொத்தியபடி அழுது கொண்டிருக்க, ஹாரிணி அவளை சமாதானப்படுத்தும் முயற்சியில் அவ்வப்போது சில வார்த்தைகளைச் சொல்லிக் கொண்டிருந்தாள்.

கிட்டத்தட்ட பதினைந்து நிமிஷ முயற்சிக்குப் பிறகு சிமெண்ட் பலகை மேலே உயர்த்தப்பட, உள்ளே

கறுப்பு பெயிண்ட் பூசப்பட்ட மரப்பெட்டி பார்வைக்குக் கிடைத்தது.

குணாள் வெட்டியானிடம் சொன்னார். "பெட்டியை சேதப்படுத்தாமே மூடியை மட்டும் மேலே தூக்கு."

எல்லோரும் தத்தம் கைகளில் வைத்திருந்த கர்ச்சீப்புகளை மூக்குகளுக்கு கொண்டு போக, வெட்டியான் மரப் பெட்டியின் மேலே இருந்த மூடியை சுத்தியலை உபயோகப்படுத்தி மெல்லத் திறந்தான்.

எல்லோரும் சவப்பெட்டிக்கு பார்வைகளைக் கொண்டு போய் பின் திடுக்கிட்ட மாதிரி பார்த்துக் கொண்டார்கள்.

சவப்பெட்டிக்குள்ளே –

ப்ரியநிரஞ்சனின் உடல் கொஞ்சம்கூட சிதைவடையாமல் அப்படியே இருந்தது. அணிவித்திருந்த மாலைகள் மட்டும் காய்ந்து போய் நார் நாராய் தெரிய, முகம் மூன்று மாதங்களுக்கு முன்பு பார்த்த மாதிரியே திருத்தமாய் இருந்தது.

அடித்த காற்றில் துளியளவு கூட நாற்றம் இல்லை.

வெட்டியான் அதிர்ச்சியோடு குணாளைப் பார்த்துவிட்டுச் சொன்னான்.

"அய்யா! பாடியை புதைச்சு மூணு மாசம் கழிச்ச பின்னாடியும் உடம்பு சிதையாமே அப்படியே இருக்கிறது ஆச்சர்யத்திலும் ஆச்சர்யம். நான் என்னோட வாழ்க்கையில இப்படியொரு அதிசயத்தைப் பார்த்ததே கிடையாது."

வெட்டியான் சொல்லிக் கொண்டிருக்கும் போதே ஹாரிணி குணாளை நெருங்கி குரலைத் தாழ்த்தினாள்.

"ஸார்..."

"இது ப்ரியநிரஞ்சனின் பாடி கிடையாது."

"ஹாரிணி! நீங்கள் என்ன சொல்கிறீர்கள்? பாடியை நன்றாகப் பாருங்கள். இது ப்ரியநிரஞ்சன்தான்."

ஹாரிணி புன்னகைத்தாள்.

"நாம் ஏமாற்றப்பட்டுவிட்டோம். இது ப்ரியநிரஞ்சன் கிடையாது. அவரைப் போலவே உருவாக்கப்பட்டிருக்கும் ஒரு சைலாஸ்டிக் ஜெல் உருவ பொம்மை."

"என்னது? சைலாஸ்டிக் ஜெல்லினால் செய்யப்பட்ட உருவமா?"

எல்லோரும் குனிந்து பார்க்க, ஹாரிணி துணிச்சலாய் குனிந்து சவப்பெட்டியில் கிடத்தப்பட்டிருந்த ப்ரியநிரஞ்சனின் காதைப் பிடித்து இழுக்க, அது ரப்பர் மாதிரி நீண்டது.

குணாள் வீறிட்டார்.

"மை குட்னஸ்! ஒரு உருவ பொம்மை இவ்வளவு தத்ரூபமாய் ப்ரியநிரஞ்சனைப் போல் இருக்குமா?"

"சைலாஸ்டிக் ஜெல்லை உபயோகப்படுத்தி யாரை வேண்டுமானாலும் ஜெராக்ஸ் பிரதி எடுக்கிற மாதிரி உருவங்கள் செய்ய அமெரிக்காவில் சில கலைஞர்கள் இருக்கிறார்கள்."

வசுந்தராவின் கண்களில் இப்போது சந்தோஷக் கண்ணீர் மினுமினுத்துக் கொண்டிருந்தது.

"அப்படியென்றால் அவர் உயிரோடு இருக்கிறார். வீட்டின் மாடியறைக்கு வந்து விட்டுப் போனதும் அவர்தான்."

குணாள் பெருமூச்சு விட்டார்.

"எதற்காக இந்த விபரீத காரியங்கள் என்று தெரியவில்லை. இது ஒரு சதித் திட்டம். இது நியூயார்கிலிருந்தே ஆரம்பமாகியிருக்க வேண்டும். இதன் ஆணி வேரை உடனடியாய் கண்டு பிடித்து அழிக்காவிட்டால் மோசமான விளைவுகள் ஏற்படுவதை நாம் தடுக்க முடியாது."

உத்தம் பரபரத்தான். "ஸார்! நாம் அடுத்த கட்ட நடவடிக்கைகளைப் பற்றி உடனே யோசித்தாக வேண்டும்.

இது ஒரு சத்தமில்லாத சதித்திட்டம். இப்படிப்பட்ட ஒரு சதித்திட்டத்தை முறியடிக்க நாமும் சத்தமில்லாமல் இயங்கி இதற்குப் பின்னால் இருக்கும் உண்மைகளைக் கண்டுபிடிக்க வேண்டும்.”

ஹாரிணி குறுக்கிட்டாள்.

“நம் ராணுவ அமைச்சர்க்கு மட்டும் விஷயத்தை தெரிவித்துவிட்டு அடுத்த ஃப்ளைட்டிலேயே நாம் அனைவரும் நியூயார்க் புறப்பட்டுப் போக வேண்டும்.”

“புறப்பட்டுப் போய்...?”

“சதித்திட்டம் உருவான இடம் நியூயார்க்கில் உள்ள க்ளாஸ்க்கோ ஹாஸ்பிடல். அந்த ஹாஸ்பிடலில் உள்ள டாக்டர் ஆர்தர்டனுக்குத் தெரியாமல் எதுவும் நடந்திருக்காது. அவரை தனியாய் சந்தித்து மிரட்டினால் உண்மைகள் வெளியே வரலாம். இதில் நாம் தாமதம் செய்யாமல் மின்னல் வேகத்தில் இயங்கியாக வேண்டும்.”

குணாள் ஒரு சில விநாடிகள் யோசித்து விட்டு வெட்டியானிடம் திரும்பினார்.

“இதோ பார்! இங்கே நடந்த எதையும் வெளியே சொல்லக்கூடாது. சொன்னா அது சட்டப்படி குற்றம்.”

“நீங்க சொல்ல வேண்டாம்ன்னா நான் எதுக்கு ஸார் சொல்லப் போறேன். இது பெரிய இடத்து விவகாரம். விஷயம் வெளியே போனா எனக்குத்தான் ஆபத்துன்னு எனக்குத் தெரியாதா ஸார்...”

“அதை மனசுல வெச்சுக்கிட்டு இந்த சவப்பெட்டியை மறுபடியும் அடக்கம் பண்ணு.”

வெட்டியான் தலையாட்டிவிட்டு காரியத்தில் ஈடுபட, ஐந்து பேரும் ஓரமாய் ஒதுங்கி நின்றார்கள்.

ஹாரிணி தன் செல்போனை உயிர்ப்பித்துக் கொண்டு உளவுப்படை தலைமை அதிகாரியை தொடர்புகொண்டு

ப்ரியநிரஞ்சனின் விவகாரத்தைச் சொல்ல, மறுமுனையில் அவர் சில விநாடிகள் திகைத்துப்போய் பின் பேசினார்.

“நாளைக்கே நீங்கள் நான்கு பேரும் நியூயார்க் புறப்பட்டுப் போக ஏற்பாடு செய்து விடுகிறேன். நியூயார்க் போய் சேர்கிற வரைக்கும் விஷயம் யார்க்கும் தெரிய வேண்டாம்.”

“எஸ் ஸார்...”

ஹாரிணி பேசிவிட்டு செல்போனை அணைத்தாள்.

15

நியூயார்க்கிற்கு விமானம் வந்து சேர்ந்தபோது நள்ளிரவு இரண்டு மணி.

ஹாரிணி, உத்தம், குணாள், தேசிங் நான்கு பேரும் பயணக் களைப்பையும் பொருட்படுத்தாமல் ஒரு டாக்ஸி பிடித்து போலீஸ் ஹெட்க்வார்ட்டர்ஸ் போய்ச் சேர்ந்து அஸிஸ்டெண்ட் போலீஸ் கமிஷனர் ரோஜர் கேரியைச் சந்தித்து விஷயத்தைச் சொல்ல, அவருடைய காரட் நிற முகம் ஒரு பெரிய அதிர்ச்சிக்குப் போய் நிறமிழந்தது.

“என்னது... ப்ரியநிரஞ்சன் உயிரோடு இருக்கிறாரா...?”

“ஆமாம். அவருடைய கல்லறையில் இருப்பது சைலாஸ்டிக் ஜெல்லினால் அவரைப் போலவே செய்யப்பட்ட உருவம். டாக்டர் ஆர்தர்டன் உண்மையில் எங்களையும் நன்றாகவே ஏமாற்றிவிட்டார். ப்ரியநிரஞ்சனின் உடலை மூன்று டாக்டர் குழுக்களை வைத்து போஸ்ட்மார்ட்டம் செய்ததாகச் சொன்னது அப்பட்டமான வடிகட்டின பொய்.”

ரோஜர் கேரி ஒரு சின்னப் புயல் மாதிரி எழுந்தார்.

“புறப்படுங்கள்! டாக்டர் ஆர்தர்டனை உடனே மடக்கியாக வேண்டும்.”

புறப்பட்டார்கள்.

போலீஸ் பேட்ரோல் காரில் நான்கு பேரும் திணிந்து கொள்ள, ரோஜர் கேரி ஸ்டீயரிங்கைப் பிடித்தார்.

போக்குவரத்து அறவே காணாமல் போயிருந்த நியூயார்க் சாலைகளில் கார் 125 கிலோமீட்டர் வேகத்தில் பறந்து வேல்ஸ் அவென்யூவில் இருந்த டாக்டர் ஆர்தர்டன் பங்களாவுக்கு முன்பாய் போய் நின்றது.

ரோஜர் கேரி முதல் ஆளாய் காரினின்றும் இறங்கிப் போய் வாசற்படியேறி அழைப்பு மணிக்கு வேலை கொடுக்க, இரண்டு நிமிஷ அவகாசத்திற்குப் பிறகு கதவு தயங்கித் தயங்கி திறந்தது.

தூக்கக் கலக்கக் கண்களோடு கருநீல நைட்கவுனில் டாக்டர் ஆர்தர்டன் உயரமாய் நின்றிருந்தார். ரோஜர் கேரியையும் அவர்க்குப் பின்னால் நின்றிருந்த மற்ற நான்கு பேர்களையும் பார்த்து நெற்றியைச் சுருக்கினார்.

கேட்டார்.

"என்ன ஏ.சி. ஸார்... இந்த நள்ளிரவு நேரத்தில்...?"

"உள்ளே போய் பேசலாமா?"

"வாருங்கள்" ஆர்தர்டன் அவர்களை உள்ளே வரவிட்டு கதவைச் சாத்தித் தாழிட்டு உள்ளேயிருந்த தன்னுடைய தனியறைக்குக் கூட்டிப்போய் உட்கார வைத்தார். மேஜையைச் சுற்றி எல்லோரும் உட்கார்ந்ததும் கேட்டார்.

"சொல்லுங்கள்... என்ன விஷயம்...?"

ரோஜர் கேரி ஆர்தர்டனின் முகத்தையே சில விநாடி நேரம் வரை பார்த்துக் கொண்டிருந்துவிட்டு மெல்ல பேச்சை ஆரம்பித்தார்.

"வீட்டில் யாரும் இல்லை போலிருக்கிறதே...?"

"ஆமாம்... என் மனைவியும் மகளும் லாஸ் ஏஞ்சல்ஸில் இருக்கும் உறவினர் வீட்டுக்குப் போயிருக்கிறார்கள். இரண்டு நாள் கழித்துதான் வருவார்கள்."

"வேலைக்காரர்கள்...?"

"இப்போது யாரும் இல்லை..."

"டாக்டர்! இந்த நள்ளிரவு வேளையில் நானும் இந்தியாவைச் சேர்ந்த இவர்களும் உங்களைப் பார்க்க வந்தது உங்களுக்கு வியப்பைக் கொடுத்திருக்கும்."

"நிச்சயமாய்."

"உங்களை மேலும் குழப்பாமல் விஷயத்துக்கு நேரிடையாகவே வந்துவிடுகிறேன். இந்திய ராணுவ அமைச்சரின் பி.ஏ. ப்ரியநிரஞ்சன் இப்போது எங்கே இருக்கிறார்?"

டாக்டர் ஆர்தர்டன் திகைத்துவிட்டு பிறகு சின்னதாக புன்னகைத்தபடி சொன்னார்.

"ப்ரியநிரஞ்சன்தான் இறந்துவிட்டாரே"

"இல்லை என்கிறார்கள் இவர்கள்."

"இல்லையா...? சரியாய்ப் போயிற்று போங்கள். மூன்று மாதங்களுக்கு முன்னால் அவர் க்ளாஸ்கோ ஹாஸ்பிடலுக்கு இருதயக் கோளாறுகளுக்காக ட்ரீட்மெண்ட் எடுக்க வந்ததும், அப்போது ஹார்ட் அட்டாக் காரணமாக எதிர்பாராமல் இறந்து போனதும், பின் அது கொலையாக இருக்குமோ என்கிற எண்ணத்தில் உடலை போஸ்ட்மார்ட்டம் செய்து அது இயற்கையான மரணம்தான் என்று உறுதிப்படுத்திக் கொண்டு இந்தியாவுக்கு எடுத்துப் போனதும் இவர்களுக்கு மறந்து போய் விட்டதா ஏ.சி. ஸார்...?"

ஹாரிணி குறுக்கிட்டாள்.

"டாக்டர்! இந்த பழைய கதைச் சுருக்கமெல்லாம் வேண்டாம். மூன்று மாதங்களுக்கு முன்னால் உங்கள் தலைமையில் உருவான சதித் திட்டம் இப்போது வெளிச்சத்திற்கு வந்து விட்டது."

"சதித்திட்டமா?"

"ம்... ஹாஸ்பிடலில் ட்ரீட்மெண்டுக்காக அனுமதிக்கப் பட்டிருந்த ப்ரியநிரஞ்சனை கடத்தி எங்கேயோ பதுக்கி

வைத்துக் கொண்டு சைலாஸ்டிக் ஜெல்லினாலான அவர் மாதிரியே இருந்த உருவத்தை போஸ்ட்மார்ட்டம் செய்ததாக நாடகமாடி மூன்று மருத்துவர்கள் குழுவிடமிருந்து ரிப்போர்ட் வாங்கி, எல்லோரையும் நம்ப வைத்து ஏமாற்றியிருக்கிறீர்கள்.”

“நோ... ஓ... ஓ... ஓ... ஓ...” ஆர்தர்டன் வீறிட்டார்.

“ப்ரியநிரஞ்சன் இறந்தது உண்மை. பாடியைத்தான் நீங்கள் எல்லோரும் பார்த்தீர்களே...? ஒரு உண்மையான மனித உடலுக்கும் சைலாஸ்டிக் ஜெல்லினாலான உடம்புக்கும் வித்தியாசம் தெரியாமலா போய்விடும்?”

“டாக்டர்! உங்களுக்குத் தெரியாதது அல்ல. சைலாஸ்டிக் ஜெல் என்பது மனித சதை போலவே இருக்கும் ஓர் அற்புதமான கலவை. அந்த ஜெல்லை வைத்துக் கொண்டு கம்ப்யூட்டரின் உதவியால் நூறு சதவீதம் உங்களைப் போலவே ஒரு உருவத்தை துல்லியமாய் உருவாக்க முடியும். ஒரு டாக்டராக இருக்கும் உங்களுக்கு இது ஒன்றும் தெரியாத விஷயமில்லை. நீங்கள் வெகு நேரத்திற்கு பொய் பேசிக் கொண்டிருக்க முடியாது. உண்மையைச் சொல்ல வேண்டிய மிக மிக முக்கியமான நேரம் இது.”

டாக்டர் ஆர்தர்டன் எரிச்சலாய் எல்லோரையும் பார்த்தார்.

“நீங்கள் கற்பனை செய்துக் கொண்டு வந்திருக்கிற கேள்விகளுக்கு என்னால் பதில் சொல்ல முடியாது. ப்ரியநிரஞ்சன் ஹாஸ்பிடலில் ஹார்ட் அட்டாக்கினால் இறந்தது உண்மை. அவருடைய உடல் மூன்று தடவை போஸ்ட்மார்ட்டம் செய்யப்பட்டதும் உண்மை.”

ரோஜர் கேரி கோபத்தில் முகம் சிவந்து தன் இடுப்புக்குக் கையைக் கொண்டு போய் ஒரு ரிவால்வரை எடுத்துக் கொண்டார்.

“டாக்டர்! நீங்கள் உண்மைகளைச் சொல்லாவிட்டால் கடுமையான விளைவுகளைச் சந்திக்க வேண்டியிருக்கும்.

உங்களைக் கைது செய்து கொண்டு போய் உடம்பில் துணியில்லாமல் லாக்கப்பில் நிற்க வைத்துதான் உண்மைகளை வாங்க வேண்டும் என்கிற ஒரு கட்டாயத்துக்கு என்னை ஆளாக்கிவிடாதீர்கள். நடந்த உண்மைகளைச் சொல்லாவிட்டால் பாதிப்பு உங்களுக்குத்தான்...”

“இந்த மிரட்டல் வேலையெல்லாம் என்னிடம் வேண்டாம்.”

இப்போது ஹாரிணி இடைமறித்தாள்.

“டாக்டர்! உங்கள் நாட்டில் இருக்கும் வரை நீங்கள் இப்படித்தான் பேசிக் கொண்டிருப்பீர்கள். நாங்கள் இந்தியாவிலிருந்து புறப்படும்போதே ‘இண்டர்போல்’ போலீசைத் தொடர்பு கொண்டு உங்களைக் கைது செய்து இந்தியா கொண்டு போக ஃபேக்ஸ் மூலமாகவே ஆர்டர் வாங்கி விட்டோம். நீங்கள் உண்மையை ஒத்துக் கொள்ளாவிட்டால் அடுத்த ஒரு மணி நேரத்திற்குள் உங்களைக் கைது செய்து இந்தியா கொண்டு போய்விடுவோம். இதோ அதற்கான ஆர்டர்!”

ஹாரிணி சொல்லிக் கொண்டே தன் கைப்பையின் ஜிப்பைப் பிரித்து உள்ளே மடித்து வைத்திருந்த ஃபேக்ஸ் கடிதத்தை எடுத்து நீட்ட, அதில் பார்வையைப் போட்ட டாக்டர் ஆர்தர்டன் முகம் மாறினார்.

ரோஜர் கேரி சற்றே திகைப்போடு ஹாரிணியை ஏறிட்டபடி கேட்டார்.

“இந்த இண்டர்போல் லெட்டர் விவகாரத்தை என்னிடம் நீங்கள் சொல்லவேயில்லையே?”

“உரிய நேரத்தில் சொல்லிக் கொள்ளலாம் என்று இருந்துவிட்டோம். இப்போது டாக்டர் ஆர்தர்டன் உண்மையைச் சொல்ல மாட்டேன் என்று பிடிவாதம் பிடித்ததால் இண்டர்போல் லெட்டரைக் காட்ட வேண்டியதாயிற்று. இதில் உங்களுக்கு ஒன்றும் வருத்தம் இல்லையே...?”

ரோஜர் கேரி இறுகிய முகத்தோடு சொன்னார். “வருத்தம்தான்.”

“எதற்காக வருத்தம்...?”

“டாக்டரை கைது செய்து நீங்கள் இந்தியா கொண்டு போனால் அவரிடமிருந்து உண்மைகளை வரவழைத்துவிடுவீர்களே?”

“அதுதானே நம் நோக்கம்.”

“பட், என் நோக்கம் அது கிடையாது.”

“நீங்கள் என்ன சொல்கிறீர்கள்?”

“ப்ரியநிரஞ்சன் சம்பந்தப்பட்ட எந்த ஒரு உண்மையும் வெளியே வரக்கூடாது.”

“ஏ.சி. ஸார்! இது என்ன பேச்சு?”

“ஸாரி! டாக்டர் ஆர்தர்டனை நீங்கள் கைது செய்து இந்தியாவுக்குக் கொண்டு போக முடியாது.”

“அதை நீங்கள் தடுக்க முடியாது. ஆர்டர் எங்கள் கையில் இருக்கிறது.”

ரோஜர்கேரி சிரித்தார். “டாக்டர் உயிரோடு இருந்தால்தானே நீங்கள் அவரைக் கைது செய்து கொண்டு போவீர்கள்?”

சொன்ன ரோஜர் கேரி தன் கையில் வைத்திருந்த துப்பாக்கியை சட்டென்று உயர்த்தி டாக்டரின் நெஞ்சுப் பகுதியை நோக்கி ட்ரிக்கரை அழுத்த -

அந்த சைலன்ஸர் பிஸ்டல் சத்தமேயில்லாமல் ஒரு தோட்டாவை அனுப்ப ஆர்தர்டன் அலற வாயைத் திறந்து முடியாமல் சிவப்பாகிப் போன மார்புப் பகுதியோடு கீழே சரிந்தார்.

16

ஹாரிணி, உத்தம், தேசிங், குணாள் நான்கு பேருமே அதிர்ச்சியின் எல்லைக்குப் போய் ரோஜர் கேரியைப் பார்க்க, அவர் பிஸ்டலை கன்னத்தில் தேய்த்துக் கொண்டு புன்னகைத்தார்.

“என்ன... அப்படிப் பார்க்கிறீர்கள் மிஸ் ஹாரிணி. நான் பகல் நேரத்தில் மட்டும்தான் போலீஸ் கமிஷனர். இது மாதிரியான ராத்திரி வேளைகளில் பார்ட் டைமாக இல்லீகல் பிசினஸும் செய்வதுண்டு. லோக்கலிலிருந்து சர்வதேச லெவல் வரைக்கும் என்னுடைய பங்கு மறைமுகமாகவே இருக்கும். ப்ரியநிரஞ்சனின் விவகாரமும் அப்படித்தான். இந்திய ராணுவ ரகசியங்களை விற்று கோடிக் கணக்கில் டாலர்களைச் சம்பாதிக்க ப்ரியநிரஞ்சன் நியூயார்க்குக்கு வருவதை முன்கூட்டியே மோப்பம் பிடித்து தெரிந்து கொண்டோம். வெளிநாட்டு ஏஜெண்டுகளுக்கு ரகசியங்கள் போய் சேர்வதற்கு முன் நாங்கள் கைப்பற்ற திட்டம் போட்டோம். நாங்கள் என்றால் டாக்டர் ஆர்தர்டன், மற்றும் சில பேர். அவர்கள் யார் என்பதை உங்களுக்கெல்லாம் சொல்ல வேண்டியதில்லை. ராணுவ ரகசியங்களை தெரிந்து கொள்வதற்காக ப்ரியநிரஞ்சனைக் கடத்திவிட்டு, சைலாஸ்டிக் ஜெல்லால் துல்லியமாய் செய்யப்பட்ட ப்ரியநிரஞ்சனை டெட் பாடியாக மாற்றி இந்தியாவுக்கு அனுப்பி வைத்தோம். சைலாஸ்டிக் ஜெல் பாடி அடக்கம் செய்யப்பட்ட பிறகு யாருக்கும் எந்த சந்தேகமும் வராது

என்று நினைத்தோம். எங்கள் கணக்கு பொய்யாகிவிட்டது. உண்மைகள் வெளியே வர முயற்சிக்கும் இந்த நேரத்தில் நீங்கள் நான்கு பேரும் என்னிடம் வந்து மாட்டிக் கொண்டது... எங்கள் இயக்கத்தின் பேரதிர்ஷ்டம். இயக்கத்தின் முக்கிய தூணாக இருந்த டாக்டர் ஆர்தர்டனை ஒரு துப்பாக்கித் தோட்டாவுக்கு பலியாக்கியது எங்கள் இயக்கத்துக்கு ஒரு பெரிய இழப்புதான். இயக்கத்தைக் காப்பாற்ற எனக்கு வேறு வழி தெரியவில்லை. ஆர்தர்டனை பலி கொடுக்க வேண்டியதாயிற்று."

ஹாரிணி, உத்தம், தேசிங், குணாள் திகில் படிந்த விழிகளோடு ரோஜர் கேரியையே பார்த்துக் கொண்டிருக்க, அவர் ரிவால்வரை உயர்த்தியபடி சொன்னார்.

"இனி உங்கள் நான்கு பேருக்கும் நான்கு தோட்டாக்களைக் கொடுத்து என்னுடைய உயரதிகாரிகளுக்கு டெலிபோன் செய்து டாக்டர் ஆர்தர்டனை விசாரணை செய்ய வந்தபோது யாரோ ஒருத்தன் வீட்டில் மறைந்திருந்து நான்கு பேர்களையும் துப்பாக்கியால் சுட்டுக் கொன்றுவிட்டான். என்னையும் சுட்டான். நான் புல்லட் ஜாக்கெட் அணிந்திருந்ததால் உயிர் தப்ப முடிந்தது என்று சொல்லிவிடுவேன். ப்ரியநிரஞ்சன் விவகாரத்தைக் கையில் எடுத்துக் கொண்டு யார் நியூயார்க் வந்தாலும் அவர்கள் உயிரோடு இந்தியா திரும்ப முடியாது."

ரோஜர் கேரி தன் கையில் இருந்த பிஸ்டலை ஹாரிணியை நோக்கித் திருப்பினார்.

"லேடீஸ் ஃபர்ஸ்ட்."

ட்ரிக்கரில் விரலை நுழைத்து வளைக்க முயன்ற விநாடி -

ரத்த வெள்ளத்தில் கீழே சரிந்து விழுந்திருந்த டாக்டர் ஆர்தர்டன் குபீரென்று எழுந்து ரோஜர் கேரியின் கையைத் தட்டி விட்டு மறுபடியும் நிலைத்த விழிகளோடு கோபமாய் கத்திக் கொண்டே சாய்ந்தார். "நம்பிக்கைத் துரோகியே! நீயும் தப்பக்கூடாது."

அந்த விநாடிகளைப் பயன்படுத்திக் கொண்ட உத்தம், ரோஜர் கேரியின் கையினின்றும் விடுபட்டு அந்தரத்தில் பறந்த ரிவால்வரை பாய்ந்து கையில் ஏந்திக் கொண்டான்.

திகைத்து நின்ற ரோஜர் கேரியை தேசிங் இடுப்பில் உதைத்து கீழே சாய்க்க - ஹாரிணி தன் பேக்கில் இருந்த செல்போனை எடுத்து அவசர அவசரமாய் இன்டர்போல் போலீசை தொடர்பு கொண்டு விஷயத்தை வேகமான ஆங்கிலத்தில் கன்வே செய்ய ஆரம்பித்தாள்.

17

நியூயார்க்கின் இன்டர்போல் மையம்.

விடியற்காலை நான்கு மணி.

இண்டர்போலின் டெபுடி ஜெனரல் ஹெய்லி நடுநாயகமாய் நாற்காலி போட்டுக் கொண்டு உட்கார்ந்திருக்க, பக்கத்து நாற்காலிகளில் ஹாரிணி, உத்தம், தேசிங், குணாள் தெரிந்தார்கள். எதிரே இருந்த ஸ்டூலில் ரோஜர்கேரி உள்ளாடைகளோடு உட்கார்த்தி வைக்கப்பட்டிருந்தார். போலீஸ் கொடுத்த மரியாதையில் மூக்கும், உதடுகளும் ரத்தக் களறியாய் வீங்கியிருக்க, டெபுடி ஜெனரல் ஹெய்லி கேள்விகளை நிதானமாக வீசிக் கொண்டிருந்தார்.

“ப்ரியநிரஞ்சன் இப்போது எங்கே இருக்கிறார்?”

“டெல்லியில் ஒரு இடத்தில் சிறை வைக்கப்பட்டிருக்கிறார்.”

“அவரை எதற்காக டெல்லி கொண்டு போனீர்கள்?”

“கடந்த மூன்று மாத காலமாய் ப்ரியநிரஞ்சனை நியூயார்க்கில் வைத்து மிரட்டி இந்திய ராணுவ ரகசியங்களைக் கேட்டோம். அவர் சொல்லவே மாட்டேன் என்று பிடிவாதம் பிடித்தார். கடைசியில் நாங்கள் கொடுத்த சித்ரவதைகளைத் தாங்கிக் கொள்ள முடியாமல் ராணுவ ரகசியங்களைக் கொடுக்க ஒப்புக் கொண்டார். ஆனால் எல்லா ராணுவ ரகசியங்களும் ஒரு கம்ப்யூட்டர் மூலம் சி.டி.யில் பதிவு செய்யப்பட்டு

தன் வீட்டு மாடியறையில் ஒரு ரகசிய அறையில் ஒளித்து வைக்கப்பட்டிருப்பதாகவும், அந்த இடம் தனக்கு மட்டுமே தெரியும் என்றும் சொன்னார். உடனே பிளாஸ்டிக் சர்ஜரி மூலம் அவரது முக அமைப்பைச் சிறிது மாற்றி வேறு பாஸ்போர்ட் தயாரித்து அவரை டெல்லிக்குக் கொண்டு வந்தோம். இரண்டு நாட்களுக்கு முன்னால் எங்கள் இயக்கத்தைச் சேர்ந்த ஒரு நபர் ப்ரியநிரஞ்சனோடு அவர் வீட்டு மாடியறைக்குப் போனார். ராணுவ ரகசியங்கள் அடங்கிய சி.டி.யைத் தேடிக் கண்டுபிடிப்பதற்குள் போலீஸ் வந்துவிடவே அந்தத் திட்டம் பாழாகிவிட்டது. மறுபடியும் சி.டி.யை எடுப்பதற்காக டெல்லியில் ப்ரியநிரஞ்சன் தங்க வைக்கப்பட்டிருக்கிறார்."

"அது எந்த இடம்...?"

"எம்பரர் மொகல் ஏரியாவில் மன்ஹர் வில்லா பங்களாவில்..."

ரோஜர் கேரி சொன்ன அட்ரஸைக் குறித்துக் கொண்ட இண்டர்போல் அதிகாரி ஒருவர் டெல்லி போலீஸை தொடர்பு கொள்வதற்காக கம்யூனிகேஷன் செல்லை நோக்கிப் போக, ஹெய்லி தொடர்ந்து ரோஜர் கேரியிடம் கேள்விகளைக் கேட்க ஆரம்பித்தார்.

"ஹென்றி சொன்ன அந்த 'ஃபைவ் கிராம் டேஞ்சர்' வார்த்தைக்கு என்ன அர்த்தம்?"

"இந்திய ராணுவ ரகசியங்கள் அடங்கிய அந்த கம்ப்யூட்டர் சி.டி.க்கு ப்ரியநிரஞ்சன் வைத்த ரகசிய பெயர்தான் அந்த ஃபைவ் கிராம் டேஞ்சர். இந்திய உளவுப்படையைச் சேர்ந்த ஹென்றிக்கு இந்த பெயர் தெரிந்திருக்கிறது."

ஹாரிணி குறுக்கிட்டுக் கேட்டாள்.

"ஐந்து கிராம் ஆபத்து என்கிற இந்த சங்கேதப் பெயரில் எண் ஐந்து எதைக் குறிக்கிறது?"

"அந்த கம்ப்யூட்டர் சி.டி.யின் எடை மொத்தமே ஐந்து கிராம்தான். எடையைக் குறிக்கிற சொல் அது."

"நானும் ஹென்றியும் உளவுப்படையைச் சேர்ந்தவர்கள் ன்பதால், உங்கள் இயக்கம் எங்களைத் தீர்த்துக்கட்ட நினைத்தது ல்லையா?"

"ஆமாம்..."

"ஹென்றியைக் கடத்தினீர்கள் சரி. அவருடைய டாக்ஸியில் வடிகுண்டு வெடித்து ஒரு ஆள் இறந்து போனான். அவன் யார்...? ாக்ஸியில் ஏன் வெடிகுண்டு வெடித்தது..."

ரோஜர்கேரி சில விநாடிகள் யோசித்து விட்டு பிறகு மெல்லிய ரலில் சொன்னார்.

"ஹென்றியைக் கடத்தியதும் அவனுடைய டாக்ஸியை ங்கிருந்து அப்புறப்படுத்த நினைத்து எங்கள் இயக்கத்தைச் சர்ந்த வில்லியம் என்பவன் அந்த டாக்ஸியை ஓட்டிக் காண்டு போனான். வில்லியம் எப்போதுமே ஒரு ப்ரீப்கேஸில் வடிகுண்டுகள் வைத்திருப்பது வழக்கம். அன்றைக்கு டாக்ஸியை ட்டிச் சென்ற போது அவனுடைய ப்ரீப்கேஸில் இருந்த வடிகுண்டு எதிர்பாராதவிதமாய் வெடித்து விபத்து ஏற்பட்டு ல்லியம் இறந்து போனான்."

டெபுடி ஜெனரல் ஹெய்லி கேட்டார்.

"சரி! ப்ரியநிரஞ்சனின் உருவத்தைப் போலவே சைலாஸ்டிக் ஜல்லில் வடிவமைத்த மோல்டர் யார்?"

"மேடம் துஸ்ஸார்ட் மெழுகு பொம்மை ம்யூஸியத்தில் வேலை ார்க்கும் சார்லஸ்."

"ஒருவரின் உருவத்தைப் போலவே துல்லியமாய் சைலாஸ்டிக் ஜல்லில் உருவாக்குவது ஒரு பெரிய திறமையான காரியம்தான். தை சார்லஸ் சட்ட விரோதமாகப் பயன்படுத்தியதுதான் தவறு. ரி! நான் இப்போது கேட்கப்போகும் முக்கியமான கேள்விக்கு ங்கள் உண்மையான பதில் தேவை."

ரோஜர் கேரி உதட்டில் வழியும் ரத்தத்தை தன் இடது றங்கையால் துடைத்துக் கொள்ள, டெபுடி ஜெனரல் ஹெய்லி ந்தக் கேள்வியைக் கேட்டார்.

"உங்கள் இயக்கத்தில் மொத்தம் எத்தனை பேர்? யார் யார் ன்பதைப் பட்டியலிட்டுச் சொல்ல முடியுமா?"

ரோஜர் கேரி பதில் சொல்லாமல் மௌனம் சாதிக்க, ஹெய்லி திரும்பிப் பார்த்து கண் ஜாடை காட்ட, பாறை போன்ற இறுக்கமான முகத்தோடு இண்டர்போல் போலீஸ் அதிகாரி ஒருவர் கையில் சிறிய பெட்டியோடு பக்கத்தில் வந்து நின்றார். பெட்டியைத் திறந்து கூர்மையான கட்டிங் பிளேயர் ஒன்றை எடுத்தார்.

ஹெய்லி சொன்னார். "நீங்கள் உண்மையைச் சொல்லாமல் தாமதிக்கும் ஒவ்வொரு நிமிஷமும் நீங்கள் ஒவ்வொரு விரலை இழக்க வேண்டி வரும். பரவாயில்லையா? அடுத்த ஒரு நிமிஷத்திற்குள் நீங்கள் வாயைத் திறக்கவில்லையென்றால், உங்களுடைய இடது கை சுண்டு விரலை இழக்க வேண்டி வரும்..."

ஹெய்லி சொல்லிக் கொண்டிருக்கும் போதே ரோஜர் கேரியின் இடது கை சுண்டு விரலை அந்த கட்டிங் பிளேயர் கவ்விப் பிடித்தது.

ரோஜர் கேரி அலறினார்.

"வே... வேண்டாம்... சொல்லிவிடுகிறேன்."

"ம்... சொல்லுங்கள்..."

ரோஜர் கேரி தயங்கி தயங்கி - யோசித்து யோசித்து உண்மைகளைச் சொல்லிக் கொண்டிருந்தபோது -

ஹெய்லியின் மேல் பாக்கெட்டில் இருந்த செல்போன் கனைத்துக் கூப்பிட்டது.

எடுத்தார். மறுமுனையில் குரல் ஒலித்தது.

"இது டெல்லி போலீஸ் ஹெட்க்வார்ட்டர்ஸ். பேசுவது மிஸ்டர் ஹெய்லியா?"

"ஆமாம்..."

"உங்கள் மூலமாக கிடைத்த தகவல்களை வைத்துக்கொண்டு டெல்லியில் சிறை வைக்கப்பட்டிருந்த மிஸ்டர் ப்ரியநிரஞ்சனை எதிரிகளிடமிருந்து மீட்டு விட்டோம். எதிரிகளையும் அதிரடிப்படை மூலமாக கைது

செய்துவிட்டோம். இந்த நல்ல செய்தியை உங்களுக்குத் தெரியப்படுத்துவதில் மிகுந்த மகிழ்ச்சி அடைகிறோம்.”

ஹெய்லி சிரித்தார்.

“இனி சந்தோஷச் செய்திகள் தொடர்ந்து வந்து கொண்டிருக்கும். அதற்கான ஏற்பாடுகள் இங்கே நடந்து கொண்டிருக்கின்றன.”

● ● ●

www.ingramcontent.com/pod-product-compliance
Lightning Source LLC
LaVergne TN
LVHW100808051026
849519LV00006B/2001
* 9 7 8 9 3 9 0 7 7 1 7 2 1 *